AF658872

എം.ആർ.സി. നായർ

മുഴുവൻ പേര് എം. രാമചന്ദ്രൻ നായർ. ജനനം 1947 ജനുവരി 21ന് മാവേലിക്കര താലൂക്കിൽ കരിമുളയ്ക്കൽ എന്ന സ്ഥലത്ത്. ഗണിതശാസ്ത്ര ബിരുദവും ഇംഗ്ലീഷ് സാഹിത്യത്തിൽ ബിരുദാനന്തര ബിരുദവും നേടി. 1970ൽ അദ്ധ്യാപകനായി. 1998ൽ 'ഗണിതകഥകൾ'ക്ക് അദ്ധ്യാപക കലാവേദി അവാർഡ് ലഭിച്ചു. 1999 മികച്ച അദ്ധ്യാപകനുള്ള ദേശീയ അവാർഡ് നേടി. 'കണക്കുള്ള കഥകൾ' എന്ന കൃതിക്ക് കേരള ശാസ്ത്ര സാങ്കേതിക പരിസ്ഥിതി കൗൺസിലിന്റെ 2008ലെ ബാലസാഹിത്യ അവാർഡ് ലഭിച്ചു. 'ഗണിതശാസ്ത്ര നിഘണ്ടു' അടക്കം നാല്പതോളം ഗ്രന്ഥങ്ങൾ പ്രസിദ്ധീകരിച്ചു. ഇപ്പോൾ കോട്ടയം കേന്ദ്രമായി പ്രവർത്തിക്കുന്ന കേരള ഗണിത ശാസ്ത്ര പരിഷത്തിന്റെ പ്രധാന പ്രവർത്തകരിൽ ഒരാളാണ്.

വിലാസം : കരിമുളയ്ക്കൽ, ചാരുംമൂട്, ആലപ്പുഴ - 690 505
ഫോൺ : 7012901342

Malayalam Language
Kalikkalam
(Children's Literature)
by
M R C Nair

♦

Published in August 2023
by Kairali Books Private Limited
Thalikkavu Road, Kannur.
Ph : 0497-2761200
Email : kairalibooksknr@gmail.com

♦

Cover Design
Prasanth Mangad

Price ₹: 140.00
43/23-24/Sl.No.1468/500/NS 18.6
ISBN 978-81-964954-1-1

കളിക്കളം

എം.ആർ.സി. നായർ

കൈരളി ബുക്സ്

ആമുഖം

കൊച്ചുകൂട്ടുകാരെക്കൂടി ഉദ്ദേശിച്ചു തയ്യാറാക്കിയ പുസ്തകമാണ് കളിക്കളം. ഇതിൽ കളികളും മാജിക്കുകളുമുണ്ട്. കൂടാതെ ചിന്താശേഷി ഉണർത്താനും ഏകാഗ്രത വളർത്താനും സർവ്വോപരി മാനസികോല്ലാസത്തിനും പറ്റിയ സംഖ്യാപ്രശ്നങ്ങൾ, ക്രിയാചതുരങ്ങൾ, രഹസ്യസന്ദേശങ്ങൾ തുടങ്ങിയ വിഭവങ്ങളുമുണ്ട്. കണക്കറിയാവുന്നവരേക്കാൾ അറിഞ്ഞുകൂടാത്തവർക്കായിരിക്കും ഈ പുസ്തകം കൂടുതൽ പ്രയോജനപ്പെടുക. കുട്ടികളുൾപ്പെടെ ഏതൊരാളെയും കണക്കിലേക്കാകർഷിക്കാൻ ഈ പുസ്തകത്തിനു കഴിയുമെന്നു ഞാൻ വിശ്വസിക്കുന്നു. കുട്ടികൾ മൊബൈൽ ഫോൺ ഓഫാക്കിയിട്ട് കണക്കിലെ കളികളിൽ മുഴുകും. വിശ്രമവേളകളിൽ ടെലിവിഷനെ മാത്രമാശ്രയിക്കുന്ന മുതിർന്നവർ ഒരു വിനോദോപാധിയായി ഈ പുസ്തകം സ്വീകരിക്കുമെന്നുറപ്പുണ്ട്.

എം.ആർ.സി. നായർ

ഉള്ളടക്കം

കളിച്ചു രസിക്കാം

നമുക്കു ചില കളികൾ പഠിക്കാം. സംഖ്യാബോധം ഉറപ്പിക്കാനും ഏകാഗ്രത വളർത്താനും സർവ്വോപരി മാനസികോല്ലാസം ലഭിക്കാനും ഉപകരിക്കുന്നവയാണ് ഈ കളികൾ. കളിയിൽ മുഴുകി കഴിഞ്ഞാൽ നിങ്ങൾ മൊബൈൽ ഗെയിം ഉപേക്ഷിച്ചിട്ട് കണക്കിലേക്ക് ചേക്കേറും.

1. ഒറ്റയും ഇരട്ടയും

കൊച്ചുകൂട്ടുകാർക്ക് കളിച്ചു രസിക്കാനും കണക്കു പഠിക്കാനും പറ്റിയ ഒരു വിനോദോപാധിയാണിത്. ഒരു കട്ടിക്കടലാസിൽ നെടുകെയും കുറുകെയുമായി 9 കോളങ്ങൾ വരയ്ക്കുക. ഇതാണ് കളിക്കളം.

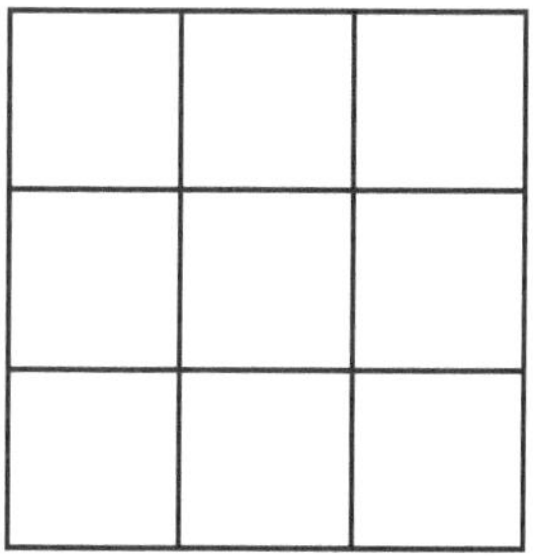

ഇനി ഈ കോളങ്ങളിൽ വയ്ക്കാൻ പാകത്തിൽ തീരെ ചെറിയ 6 കാർഡുകൾ തയ്യാറാക്കണം. കാർഡുകളിൽ 0, 2, 4 എന്നീ മൂന്ന് ഇരട്ട സംഖ്യകളും 1, 3, 5 എന്നീ മൂന്ന് ഒറ്റ സംഖ്യകളും എഴുതണം. ഈ ആറു കാർഡുകളാണ് കളിയിലെ കരുക്കൾ.

ഇനി കളിയിലേക്ക് കടക്കാം.രണ്ടുപേരുടെ കളിയാണിത്. 1, 3, 5 എന്നീ കാർഡുകൾ കളിക്കളത്തിൽ രണ്ടു വികർണങ്ങളിൽ ഒന്നിൽ ആദ്യം തന്നെ നിരത്തണം. ശേഷിക്കുന്ന കാർഡുകൾ അതായത് 0, 2, 4 ഇവ ഒന്നാമൻ, രണ്ടാമൻ എന്ന ക്രമത്തിൽ ഒഴിവുള്ള കോളങ്ങളിൽ വയ്ക്കാം.

1		
	3	
		5

ആറു കരുക്കളും നിരത്തിക്കഴിഞ്ഞാൽ ഒന്നാമൻ, രണ്ടാമൻ എന്ന ക്രമത്തിൽ കരുക്കൾ നീക്കാം. ആകെയുള്ള 6ൽ ഏതു കരുക്കളും നീക്കാം. ഇടത്തോട്ടോ വലത്തോട്ടോ നീക്കാം. മുകളിലേക്കോ താഴേക്കോ നീക്കാം. എന്നാൽ വികർണങ്ങളിലൂടെയുള്ള നീക്കം അനുവദനീയമല്ല. കരുക്കൾ നീക്കുമ്പോൾ ഒരു കോളമോ ഒഴിവുണ്ടെങ്കിൽ രണ്ടു കോളമോ നീക്കാം. എന്നാൽ ഏതെങ്കിലും കോളത്തിൽ കരു വച്ചിട്ടുണ്ടെങ്കിൽ അതിനെ മറികടക്കാൻ പാടില്ല.

വിജയിയെ നിശ്ചയിക്കുന്നതിങ്ങനെ. ഇടത്തുനിന്നു വലത്തോട്ടുള്ള കോളങ്ങളാണ് വരി. മുകളിൽ നിന്നു താഴേക്കുള്ളവയാണ് നിര.

0	2	4

	4	
	2	
	0	

ഏതെങ്കിലും വരിയിലോ നിരയിലോ അതല്ലെങ്കിൽ വികർണത്തിലോ 0, 2, 4 എന്നീ ഇരട്ടസംഖ്യകൾ മാത്രം വന്നാൽ അത് വിജയത്തെ കുറിക്കുന്നു. ആദ്യം ഇരട്ടസംഖ്യകൾ ലഭിക്കുന്ന ആൾ ജയിച്ചു.

0		
	2	
		4

		4
	2	
0		

നിയമങ്ങൾ നന്നായി വായിച്ചു മനസ്സിലാക്കിയിട്ട് കളി തുടങ്ങുക.

2. 14ന്റെ കളി

അടുത്ത കളിയിലേക്ക് കടക്കാം. മുമ്പു ചെയ്തതുപോലെ ഒരു കട്ടിക്കടലാസിൽ 9 കോളങ്ങൾ വരക്കുക. ഇതാണ് കളിക്കളം.

ഇനി ഈ കോളങ്ങളിൽ ഇരിക്കത്തക്ക വലുപ്പത്തിൽ 5 ചെറിയ കാർഡുകൾ മുറിച്ചെടുത്തുക. ഈ കാർഡുകളിൽ 2, 3, 4, 5, 7 എന്നീ സംഖ്യകൾ എഴുതണം. ഇവയാണ് കളിയിലെ കരുക്കൾ. 7 എന്നെഴുതിയ കാർഡ് കളി തുടങ്ങും മുമ്പുതന്നെ ചതുരത്തിന്റെ മധ്യത്തെ കോളത്തിൽ വച്ചിരിക്കണം.

	7	

ശേഷിക്കുന്ന നാല് കാർഡുകൾ രണ്ടു സെറ്റുകളായി വീതിക്കണം. 2, 5 ഇവ ഒരു സെറ്റ്. 3, 4 ഇവ രണ്ടാമത്തെ സെറ്റ്. ഓരോ സെറ്റിലെയും സംഖ്യകളുടെ തുക 7 ആണെന്ന പ്രത്യേകതയുണ്ട്. ഒന്നാമൻ 2, 5 എന്നീ കാർഡുകളും രണ്ടാമൻ 3, 4 എന്നീ കാർഡുകളും എടുക്കുന്നുവെന്നു കരുതുക. ഒന്നാമനെയും രണ്ടാമനെയും വേണമെങ്കിൽ നറുക്കിട്ടു തീരുമാനിക്കാം.

ഇനി കളിക്കളത്തിലേക്ക് മടങ്ങാം. 7 അവിടെയുണ്ട്. ശേഷിക്കുന്ന കോളങ്ങളിൽ ഒന്നാമൻ, രണ്ടാമൻ എന്ന ക്രമത്തിൽ അവരവരുടെ കൈവശമുള്ള കാർഡുകൾ നിരത്തണം. എല്ലാ കാർഡുകളും നിരത്തി കഴിയുമ്പോൾ 4 കോളങ്ങൾ ഒഴിഞ്ഞുകിടക്കും.

ഈ ഒഴിവുകളിലേക്ക് കാർഡുകൾ മാറ്റുംമുമ്പ് എന്താണ് വിജയം എന്നറിഞ്ഞിരിക്കണം. ഏതെങ്കിലും ഒരു വരിയിലോ നിരയിലോ വികർണത്തിലോ ഉള്ള മൂന്നു സംഖ്യകളടെ തുക 14 വന്നാൽ വിജയിച്ചു.

ഇതു മനസ്സിൽ വച്ചുകൊണ്ടുവേണം കരുക്കൾ നീക്കാൻ. ഒന്നാമൻ, രണ്ടാമൻ എന്ന ക്രമത്തിൽ വേണം കാർഡുകൾ നീക്കാൻ. ആകെയുള്ള 5 കാർഡുകളിൽ ആർക്കും ഏതും നീക്കാം. ഇടത്തോട്ടോ വലത്തോട്ടോ നീക്കാം. മുകളിലേക്കോ താഴേക്കോ നീക്കാം. വികർണ

ത്തിലൂടെ നീക്കാൻ പറ്റില്ല. ഒരു കോളമോ ഒഴിവുണ്ടെങ്കിൽ രണ്ടു കോളമോ ഒരേ സമയം നീക്കാം. എന്നാൽ ഒരു കോളത്തിൽ സംഖ്യ യുണ്ടെങ്കിൽ അതിനെ മറികടക്കാൻ പറ്റില്ല.

2	7	5

2 + 7 + 5 = 14

	4	
	3	
	7	

4 + 3 + 7 = 14

		7
	5	
2		

2 + 5 + 7 = 14

ഇങ്ങനെ വരിയിലോ നിരയിലോ വികർണത്തിലോ 14 വന്നാൽ വിജയിച്ചു. 14 വരത്തക്കവിധം അവസാനം സംഖ്യ നീക്കിയ ആളാണ് വിജയി. വളരെയേറെ ശ്രദ്ധയും ഏകാഗ്രതയും വേണ്ട കളിയാണ്. നേരിയ ഒരു ജാഗ്രതക്കുറവുപോലും പരാജയത്തിലേക്ക് നയിക്കും.

3. 9 കൊണ്ടൊരു കളി

കഴിഞ്ഞ കളിക്കു സമാനമായ ഒന്നാണ് 9 കൊണ്ടുള്ള കളി. കൂട്ടുമ്പോൾ തുക 14ന് പകരം 9 വരണമെന്നു മാത്രം. കരുക്കളിലുമുണ്ട് വ്യത്യാസം. ആദ്യം മുമ്പു ചെയ്തതുപോലെ കട്ടിക്കടലാസിൽ 9 കോളങ്ങൾ വരക്കുക. ഇതാണ് കളിക്കളം.

ഇനി ഈ കളിക്കളത്തിൽ വയ്ക്കാൻ പാകത്തിൽ 5 കാർഡുകൾ തയ്യാറാക്കണം. 1, 2, 3, 4, 5 ഇവയാണ് കാർഡിൽ എഴുതേണ്ട സംഖ്യകൾ. കളി തുടങ്ങുംമുമ്പുതന്നെ 1 കളിക്കളത്തിന്റെ മധ്യത്തിലുള്ള കോളത്തിൽ വച്ചിരിക്കണം.

ശേഷിക്കുന്ന സംഖ്യകൾ രണ്ടു ഗ്രൂപ്പുകളായി വീതിക്കുക. 2, 4

ഇവ ഒരു ഗ്രൂപ്പും, 3, 5 ഇവ രണ്ടാമത്തെ ഗ്രൂപ്പും. ഇവിടെയും കളിക്കാർ രണ്ടുപേരാണ്. ഒന്നാമൻ 2, 4 എന്നീ സംഖ്യകളും രണ്ടാമൻ 3, 5 ഇവയും എടുക്കുന്നുവെന്നു കരുതുക. വേണമെങ്കിൽ ഒന്നാമനെയും രണ്ടാമനെയും നറുക്കിട്ടു തീരുമാനിക്കാം.

	1	

ഇനി ഒന്നാമൻ, രണ്ടാമൻ എന്ന ക്രമത്തിൽ ശേഷിക്കുന്ന കോളങ്ങളിൽ ഇഷ്ടമുള്ളിടത്ത് കരുക്കൾ നിരത്താം. ഇങ്ങനെ രണ്ടുപേരും കരുക്കൾ നിരത്തിക്കഴിയുമ്പോൾ 4 കോളങ്ങൾ ബാക്കിയുണ്ടാവും. അവിടേക്കു കരുക്കൾ നീക്കുംമുമ്പ് വിജയിയെ നിശ്ചയിക്കുന്നതെങ്ങനെയെന്നു പറയാം.

ഏതെങ്കിലും വരിയിലെയോ നിരയിലെയോ വികർണത്തിലെയോ മൂന്നു സംഖ്യകളും കൂടി കൂട്ടിയാൽ 9 വരുന്നതാണ് വിജയം. അവസാനത്തെ സംഖ്യ നീക്കിയ ആൾ കളി ജയിക്കുന്നു.

കരുക്കൾ നീക്കുന്നതിനുള്ള നിയമം മുമ്പു പറഞ്ഞതുതന്നെ. ഇടത്തേക്കോ വലത്തേക്കോ നീക്കാം. മുകളിലേക്കോ താഴേക്കോ നീക്കാം. എന്നാൽ വികർണങ്ങളിലൂടെ നീക്കാൻ പാടില്ല. ഒരു കോളമോ ഒഴിവുണ്ടെങ്കിൽ രണ്ടു കോളങ്ങളോ ഒരേസമയം നീക്കാം. എന്നാൽ ഏതെങ്കിലും ഒരു കോളത്തിൽ സംഖ്യയുണ്ടെങ്കിൽ അതിനെ മറികടക്കാൻ പാടില്ല.

ചുവടെ കാണുന്ന ചിത്രങ്ങൾ വിജയത്തെ കുറിക്കുന്നു.

5	3	1

5 + 3 + 1 = 9

		4
		3
		2

4 + 3 + 2 = 9

2		
	3	
		4

2 + 3 + 4 = 9

ആകെയുള്ള 5 കാർഡുകളും നിരത്തിക്കഴിഞ്ഞാൽ പിന്നെ രണ്ടു കളിക്കാരിൽ ആർക്കും ഏതു കാർഡും നീക്കാം. ഒന്നാമൻ, രണ്ടാമൻ എന്ന ക്രമം പാലിക്കണമെന്നു മാത്രം.

ഒരു റൗണ്ടു കഴിച്ചു കഴിഞ്ഞാൽ രണ്ടാമത്തെ റൗണ്ട് തുടങ്ങുക. ശ്രദ്ധിച്ചില്ലെങ്കിൽ കരുക്കൾ നിരത്തുമ്പോൾതന്നെ തുക 9 വന്നെന്നിരിക്കും.

4. ഇരട്ടയ്ക്കൊരു സമ്മാനം

ഇതാ രസമുള്ള ഒരു കളി. കളി ജയിച്ചാൽ കൂട്ടുകാർക്ക് ഒരു മിഠായി സമ്മാനം. കൂട്ടുകാർ നോട്ടുബുക്കെടുത്ത് തയ്യാറായിക്കഴിയുമ്പോൾ നിങ്ങൾ അവർക്ക് കൃത്യം അഞ്ച് നിർദ്ദേശങ്ങൾ കൊടുക്കും.

1. ഇഷ്ടമുള്ള ഒരു സംഖ്യ എഴുതുക. ചെറിയ സംഖ്യകളാണ് കണക്കു കൂട്ടാൻ എളുപ്പം. പൂജ്യം ഒഴിവാക്കുക.
2. നിങ്ങൾ എഴുതിയ സംഖ്യയെ നിങ്ങൾക്കിഷ്ടമുള്ള സംഖ്യ കൊണ്ട് ഗുണിക്കുക.
3. ഗുണിച്ചുകിട്ടിയ സംഖ്യയോട് ഇഷ്ടമുള്ള ഒരു സംഖ്യ കൂട്ടുക.
4. അതിൽനിന്നും ഇഷ്ടമുള്ള സംഖ്യ കുറയ്ക്കുക.
5. കുറച്ചുകിട്ടിയ സംഖ്യയോട് തൊട്ടടുത്ത സംഖ്യ കൂടി കൂട്ടുക.

നിർദ്ദേശങ്ങൾ അഞ്ചും കഴിഞ്ഞു. അവസാനം ഇരട്ടസംഖ്യ ഉത്തരം കിട്ടിയവർ എണീക്കാൻ പറയുക. അവർക്ക് ഒരു മിഠായി സമ്മാനം. ആരും എണീക്കുന്നില്ലെങ്കിൽ കളി ആവർത്തിക്കാം. പക്ഷേ ഇത്തവണ നിർദ്ദേശങ്ങൾക്ക് മാറ്റം വരും. ഈ അവസരത്തിൽ കൂട്ടുകാർക്ക് ഒരു സംശയം തോന്നിയേക്കാം. ഇരട്ടസംഖ്യ കിട്ടിയെന്ന് ആരെങ്കിലും കള്ളം പറഞ്ഞാലോ? പരിഹാരമുണ്ട്. ആദ്യം എഴുതിയ സംഖ്യ ഏതെന്ന് ചോദിച്ചാൽ പോരേ? അല്ലെങ്കിൽ നോട്ടുബുക്കിലെ ക്രിയകൾ നോക്കിയാൽ പോരെ?

ശരി. കളി ആവർത്തിക്കുകയാണ്. നിർദ്ദേശങ്ങൾ മാറുമെന്ന് നേരത്തെ സൂചിപ്പിച്ചു.

1. ഇഷ്ടമുള്ള സംഖ്യ എഴുതുക
2. അതിനോട് ഇഷ്ടമുള്ള സംഖ്യ കൂട്ടുക.
3. കൂട്ടിക്കിട്ടിയ സംഖ്യയെ ഇഷ്ടമുള്ള സംഖ്യകൊണ്ടു ഗുണിക്കുക.
4. അതിൽനിന്നും ഇഷ്ടമുള്ള സംഖ്യ കുറയ്ക്കുക.
5. ഇപ്പോൾ കിട്ടിയ സംഖ്യയോട് തൊട്ടടുത്ത സംഖ്യ കൂടി കൂട്ടുക.

നിർദ്ദേശങ്ങൾ അഞ്ചും കഴിഞ്ഞു. ഇരട്ട സംഖ്യകിട്ടിയവർ എണീക്കാൻ പറയുക. ആരുമില്ലെങ്കിൽ മിഠായി ലാഭം. ഇനി കൂട്ടുകാർ പല ഗ്രൂപ്പുകളായി തിരിഞ്ഞ് കളിച്ചുനോക്കട്ടെ. അഞ്ചാമത്തെ നിർദ്ദേശം മാത്രം മാറ്ററുതെന്നു പറയുക. അതായത് നാലാമത്തെ സ്റ്റെപ്പിൽ കിട്ടിയ സംഖ്യയോട് തൊട്ടടുത്ത സംഖ്യ കൂടി കൂട്ടുന്നത്.

ആർക്കും ഉത്തരം ഇരട്ടസംഖ്യ കിട്ടിയില്ലെന്നു കാണാം. എന്തുകൊണ്ട്? അതാണ് ഈ കളിയിലടങ്ങിയിട്ടുള്ള ഗണിതം. അടുത്തടുത്ത രണ്ടു സംഖ്യകളുടെ തുക എല്ലായ്പ്പോഴും ഒറ്റസംഖ്യ ആയിരിക്കും. ഇവിടെ സംഖ്യകൾ എന്നു പറഞ്ഞത് നിർഗ്ഗസംഖ്യകളെ ഉദ്ദേശിച്ചാണ്. കളി നയിക്കുന്ന ആൾ അഞ്ചാമത്തെ നിർദ്ദേശം മാറ്ററുതെന്നു പറഞ്ഞത് എന്തുകൊണ്ടെന്ന് ഇപ്പോൾ മനസ്സിലായി കാണും.

നന്നായി പരിശീലിക്കുക. എന്നിട്ട് കൂട്ടുകാരെ വെല്ലുവിളിക്കാം. അവർക്ക് കളിയുടെ രഹസ്യം പിടികിട്ടുംവരെ നിങ്ങൾക്ക് ഹീറോ ആയി വിലസാം.

5. ഒറ്റക്കൊരു സമ്മാനം

ഇതാ മറ്റൊരു കളി. കഴിഞ്ഞ കളിക്കു സമാനമായ ഒന്നാണിതും. എന്നാൽ ഗണിതനിയമം വ്യത്യസ്തമാണ്. ഇവിടെയും കൂട്ടുകാർക്ക് അഞ്ചു നിർദ്ദേശങ്ങൾ കൊടുക്കുന്നു. അവസാനം ഒറ്റസംഖ്യ ഉത്തരം കിട്ടുന്നവർക്ക് സമ്മാനം. കൂട്ടുകാർ ബുക്കെടുത്ത് തയ്യാറായിക്കഴിഞ്ഞെങ്കിൽ കളി തുടങ്ങാം. ഈ കളിയിലും രണ്ടാം റൗണ്ടോ മൂന്നാം റൗണ്ടോ കളിക്കുന്നുവെങ്കിൽ നിർദ്ദേശങ്ങൾ മാറിമാറി വരും.

1. ഇഷ്ടമുള്ള സംഖ്യ എഴുതുക. പൂജ്യം ഒഴിവാക്കണം. ചെറിയ സംഖ്യയായിരിക്കും ക്രിയ ചെയ്യാനെളുപ്പം.
2. നിങ്ങൾ എഴുതിയ സംഖ്യയെ ഇഷ്ടമുള്ള മറ്റൊരു സംഖ്യ കൊണ്ട് ഗുണിക്കുക.
3. ഇനി അതിനോട് ഇഷ്ടമുള്ള ഒരു സംഖ്യ കൂട്ടുക.

4. അതിൽനിന്ന് ഇഷ്ടമുള്ള ഒരു സംഖ്യ കുറയ്ക്കുക.
5. കുറച്ചുകിട്ടിയ സംഖ്യയെ തൊട്ടടുത്ത സംഖ്യകൊണ്ട് ഗുണിക്കുക.

നിർദ്ദേശങ്ങൾ അഞ്ചും കഴിഞ്ഞു. ഉത്തരം ഒറ്റ സംഖ്യ കിട്ടിയവർ എഴുന്നേൽക്കട്ടെ. അവർക്ക് മിഠായി സമ്മാനം കിട്ടു. ആരും എണീക്കുന്നില്ലെങ്കിൽ അടുത്ത റൗണ്ടിലേക്ക് കടക്കുക. നിർദ്ദേശങ്ങൾ മാറും.

1. ഇഷ്ടമുള്ള സംഖ്യ എഴുതുക. ഒറ്റയോ ഇരട്ടയോ ഏതുമാകാം.
2. അതിൽനിന്നും ഇഷ്ടമുള്ള ഒരു സംഖ്യ കുറയ്ക്കുക.
3. കുറച്ചുകിട്ടിയ സംഖ്യയെ ഇഷ്ടമുള്ള ഒരു സംഖ്യകൊണ്ടു ഗുണിക്കുക.
4. ഗുണനഫലത്തോട് ഇഷ്ടമുള്ള ഒരു സംഖ്യ കൂട്ടുക.
5. ഇപ്പോൾ കിട്ടിയ സംഖ്യയെ തൊട്ടടുത്ത സംഖ്യ കൊണ്ട് ഗുണിക്കുക.

ഒറ്റ സംഖ്യ കിട്ടിയവർ സമ്മാനം വാങ്ങട്ടെ. ആരും വിജയിക്കുന്നില്ലെങ്കിൽ കൂട്ടുകാർ ഗ്രൂപ്പുതിരിഞ്ഞ് കളിയിലേർപ്പെടട്ടെ. അഞ്ചാമത്തെ നിർദ്ദേശം മാറ്ററുതെന്ന് പറയണം. അതായത് നാലാമത്തെ സ്റ്റെപ്പിൽ കിട്ടിയ സംഖ്യയെ തൊട്ടടുത്ത സംഖ്യകൊണ്ട് ഗുണിക്കണം എന്നത്.

ഈ കളിയിലും ആരും വിജയിക്കുന്നില്ലെന്നു കാണാം. കഴിഞ്ഞ കളി മനസ്സിലായവർക്ക് ഇതിന്റെ രഹസ്യം പെട്ടെന്നു പിടികിട്ടും. തുടർച്ചയായ രണ്ടു നിസർഗസംഖ്യകളുടെ ഗുണനഫലം എല്ലായ്പ്പോഴും ഒരു ഇരട്ട സംഖ്യ ആയിരിക്കും.

കളിയിലൂടെ പഠിക്കുന്ന കാര്യങ്ങൾ നിങ്ങൾ ഒരിക്കലും മറക്കുകയില്ലെന്നുള്ളതാണ് അതിന്റെ സവിശേഷത. കണക്കു പഠിക്കുന്നത് ഇഷ്ടമാവുകയും പഠനത്തിലുള്ള വിരസത മാറുകയും ചെയ്യും. കുട്ടികൾക്ക് പഠനപ്രവർത്തനങ്ങൾ നൽകുന്ന അദ്ധ്യാപകരും ഇതു ശ്രദ്ധിക്കണം. ഇരട്ടയും ഇരട്ടയും കൂട്ടിയാൽ ഇരട്ട സംഖ്യ കിട്ടുമെന്നു കാണാതെ പഠിപ്പിക്കാതെ ഇത്തരം കൊച്ചുകളികളും മാജിക്കുകളും നൽകാവുന്നതാണ്. ഗണിതപഠനം രസകരമാക്കാനുള്ള ഒറ്റമൂലികളാണ് ഇവ.

സംഖ്യാ പ്രശ്നങ്ങൾ

ഒരു വിനോദപരിപാടിയാണിത്. സംഖ്യാബോധം ഉറപ്പിക്കും, ഏകാഗ്രത വർദ്ധിപ്പിക്കും. മാനസികോല്ലാസവും ലഭിക്കും. ഏവർക്കും പങ്കെടുക്കാവുന്ന ഒരു കളിയാണിത്. കണക്കു പഠിച്ചിരിക്കണമെന്നില്ല. തുടക്കക്കാരേക്കൂടി കണക്കിലെടുത്ത് 16 കോളങ്ങളും 25 കോളങ്ങളും മാത്രമുള്ള ചെറിയ പ്രശ്നങ്ങളാണ് ഇവിടെ അവതരിപ്പിക്കുന്നത്.

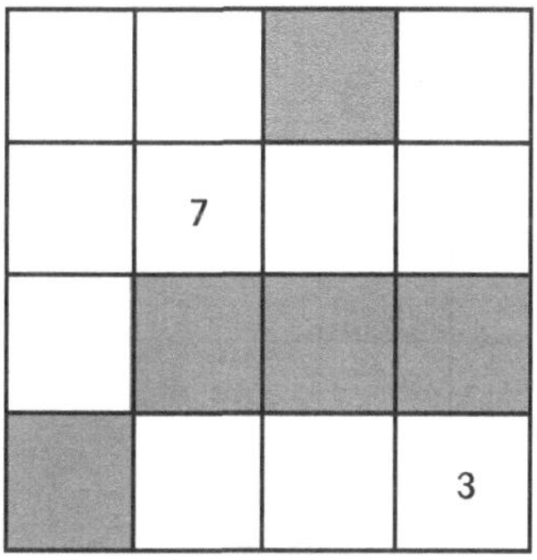

കറുപ്പിച്ചിരിക്കുന്ന 5 കോളങ്ങൾ ഒഴികെ ബാക്കി 11 എണ്ണവും പൂരിപ്പിക്കണം. രണ്ടു സംഖ്യകൾ തന്നിരിക്കുന്നു. ശേഷിക്കുന്ന കോളങ്ങൾ പൂരിപ്പിക്കാനുള്ള സംഖ്യകൾ ഇവയാണ്.

27 941 4765

15 463

ഇടത്തുനിന്നു വലത്തോട്ടോ മുകളിൽനിന്നു താഴോട്ടോ വേണം പൂരിപ്പിക്കാൻ. തന്നിരിക്കുന്ന എല്ലാ സംഖ്യകളും ഉപയോഗിച്ചിരിക്കണം. അതുപോലെ എല്ലാ കോളങ്ങളും പൂരിപ്പിച്ചിരിക്കുകയും വേണം. നാലു കോളങ്ങൾ ഉള്ളിടത്ത് നാലക്കസംഖ്യതന്നെ എഴുതണം. രണ്ട് രണ്ടക്കസംഖ്യങ്ങൾ ചേർത്തെഴിതിയാൽ പോരാ. രണ്ടു കോളങ്ങൾക്കും മൂന്നു കോളങ്ങൾക്കുമൊക്കെ ഈ നിയമം ബാധകമാണ്.

പൂരിപ്പിച്ചശേഷം ചുവടെ കാണുന്ന ശരിയുത്തരമായി താരതമ്യം ചെയ്യുക.

9	2		1
4	7	6	5
1			
	4	6	3

സംഖ്യാ പ്രശ്നങ്ങൾ - 2

2			
		1	

ഇവിടെ നാലു കോളങ്ങൾ കറുപ്പിച്ചിരിക്കുന്നു. രണ്ടു സംഖ്യകൾ തന്നിട്ടുണ്ട്. ബാക്കി സംഖ്യകൾ കാണുക.

38	615
76	351
41	121
	217

പൂരിപ്പിച്ചശേഷം ചുവടെ കൊടുത്തിരിക്കുന്ന ശരിയുത്തരവുമായി താരതമ്യം ചെയയുക.

2	■	3	8
6	1	5	■
■	2	1	7
4	1	■	6

സംഖ്യാ പ്രശ്നങ്ങൾ - 3

	■		3
		■	
			■
5	■		

ഇവിടെ നാലു കോളം കറുപ്പിച്ചിരിക്കുന്നു. രണ്ടു കോളത്തിലെ സംഖ്യകൾ തന്നിട്ടുണ്ട്. പൂരിപ്പിക്കേണ്ട സംഖ്യകൾ ഇവയാണ്.

36	128
23	7315
37	
89	
94	

ശരിയുത്തരം ചുവടെ ചേർക്കുന്നു.

7		2	3
3	7		6
1	2	8	
5		9	4

സംഖ്യാപ്രശ്നങ്ങൾ - 4

2, 3 എന്നീ സംഖ്യകൾ തന്നിരിക്കുന്നു. ബാക്കി കോളങ്ങൾ തന്നിരിക്കുന്ന സംഖ്യകൾ ഉപയോഗിച്ച് പൂരിപ്പിക്കുക.

	2		
	3		

45	524
72	365
47	746
51	237

പൂരിപ്പിച്ച ചതുരം കാണുക

4	■	7	2
5	2	4	■
■	3	6	5
4	7	■	1

സംഖ്യാപ്രശ്നങ്ങൾ - 5

			■
	6	■	
■	■		
			■

ഒരു സംഖ്യ മാത്രമേ തന്നിട്ടുള്ളൂ. അങ്ങനെ വരുമ്പോൾ പൂരിപ്പിക്കുന്ന ജോലി കുറേക്കൂടി ശ്രമകരമാകുമെന്ന് പറയേണ്ടതില്ലല്ലോ. ചിലപ്പോൾ കോളങ്ങൾ ഒന്നിലധികം രീതിയിൽ പൂരിപ്പിക്കാൻ കഴിഞ്ഞെന്നു വരാം.

46	342
37	215
82	
72	

പൂരിപ്പിച്ച ചതുരം കാണുക

3	4	2	
7	6		7
		8	2
2	1	5	

സംഖ്യാപ്രശ്നങ്ങൾ - 6

		7		

ഇവിടെ 25 കോളങ്ങളുള്ള ചതുരമാണ് തന്നിരിക്കുന്നത്. 7 മാത്രമേ തന്നിട്ടുള്ളൂ. തന്നിരിക്കുന്ന സംഖ്യകൾ ഉപയോഗിച്ച് ബാക്കി കോളങ്ങൾ പൂരിപ്പിക്കണം. ചതുരം വലുതാകുംതോറും പൂരിപ്പിക്കുന്ന ജോലി ശ്രമകരമാകുമെന്നോർക്കുക. എന്നാലും കളിയിൽ ലയിച്ചു കഴിഞ്ഞാൽ സമയം പോകുന്നതറിയുകയേയില്ല. കണക്കിലൂടെ ലഭിക്കുന്ന മാനസികോല്ലാസം ഒരു വലിയ നേട്ടം തന്നെയാണ്.

76	125	1234
32	415	
61	286	
19	187	
	893	

പൂരിപ്പിച്ചിരിക്കുന്നതു കാണുക

1	8	7		
2	8	6		4
3	2		6	1
4		1	2	5
	8	9	3	

സംഖ്യാപ്രശ്നങ്ങൾ - 7

			4	

ഒരു സംഖ്യ മാത്രം തന്നിരിക്കുന്നു. ബാക്കി കോളങ്ങൾ തന്നിരിക്കുന്ന സംഖ്യകൾ ഉപയോഗിച്ച് പൂരിപ്പിക്കണം.

47	56
29	62
64	85
41	2436
73	87654

8	5		2	9
7	3		4	7
6			3	
5	6		6	4
4	2			1

സംഖ്യാപ്രശ്നങ്ങൾ - 8

			9	

97	2537
83	6217
916	4758
368	

പൂരിപ്പിച്ച ചതിരം കാണുക

6	2	1	7	
	5			4
8	3		9	7
9	7		1	5
		3	6	8

സംഖ്യാപ്രശ്നങ്ങൾ - 9

		4		

57
517
319
235
439

9715
5469
7469

ശരിയുത്തരം കാണുക

	5	4	6	9
3	1	9		7
5	7		4	1
		2	3	5
7	4	6	9	

സംഖ്യാപ്രശ്നങ്ങൾ - 10

ഇവിടെ ഒരു സംഖ്യയും തന്നിട്ടില്ല. എല്ലാ കോളങ്ങളും സ്വയം പൂരിപ്പിക്കണം. ഓർക്കുക. ചുവടെ തന്നിരിക്കുന്ന സംഖ്യകൾ മാത്രമേ ഉപയോഗിക്കാവൂ. എല്ലാ സംഖ്യകളും ഉപയോഗിച്ചിരിക്കുകയും വേണം. ശ്രമിക്കുക.

96 497 719 618 2417

62 529 245 5438

ശരിയുത്തരം ചുവടെ ചേർക്കുന്നു.

2		2	4	5
4	9	7		4
1	6		7	3
7		6	1	8
	5	2	9	

ഗണിത മാജിക്കുകൾ

കണക്കു പഠിക്കാനുള്ള ഒറ്റമൂലികളാണ് മാജിക്കുകൾ. കണക്കു രസിച്ചു പഠിക്കാനും, ഗണിതത്തിൽ താല്പര്യം വർദ്ധിക്കാനും സർവ്വോപരി മാനസികോല്ലാസത്തിനും ഉതകും ഇത്തരം മാജിക്കുകൾ. കൊച്ചു കൂട്ടുകാർക്കു വേണ്ടിയുള്ള ഏതാനും മാജിക്കുകളാണ് ഇവിടെ അവതരിപ്പിക്കുന്നത്.

1. ക്രിയ ചെയ്യാതെ ഉത്തരം പറയാം

നിങ്ങൾ കൂട്ടുകാരുടെ മുന്നിൽ നിൽക്കുന്നു. നിങ്ങളാണ് മജീഷ്യൻ. കൂട്ടുകാരിൽ ഒരാളോട് ഇഷ്ടമുള്ള ഒരു സംഖ്യ പറയാൻ ആവശ്യപ്പെടുക. എത്ര അക്കങ്ങളുള്ള ഏതു സംഖ്യയുമാകാം. കൂട്ടുകാരൻ 4372 എന്നു പറഞ്ഞുവെന്നു കരുതുക.

മജീഷ്യൻ ഉടൻതന്നെ ഒരു കടലാസിൽ എന്തോ എഴുതി മടക്കി മേശപ്പുറത്തു വയ്ക്കുന്നു. ഇനി കൂട്ടുകാരനോട് അയാൾ പറഞ്ഞ സംഖ്യയെ 10ൽ കുറവായ ഏതെങ്കിലുമൊരു സംഖ്യകൊണ്ട് ഗുണിക്കാൻ പറയുക. അയാൾ 5 കൊണ്ട് ഗുണിക്കുന്നുവെന്നു കരുതുക. ഈ മാജിക്കിൽ കൂട്ടുകാർക്ക് അത്യാവശ്യമെങ്കിൽ സമയലാഭത്തിനായി കാൽക്കുലേറ്റർ ഉപയോഗിക്കാം.

ഗുണിച്ചുകഴിഞ്ഞെങ്കിൽ കൂട്ടുകാരനോട് 10ൽ കുറവായ മറ്റേതെങ്കിലും സംഖ്യകൊണ്ട് കൂടി ഗുണിക്കാൻ പറയുക. അയാൾ 3 കൊണ്ട് ഗുണിക്കുന്നു. ഈ ഗുണനഫലം കൂടി ആദ്യത്തേതിനോടു കൂട്ടട്ടെ.

ഇനി മജീഷ്യന്റെ ഊഴമാണ്. കൂട്ടുകാരൻ ആദ്യം പറഞ്ഞ നാലക്ക സംഖ്യയെ 2 കൊണ്ട് കൂടി ഗുണിച്ച് മുമ്പു കിട്ടിയ തുകയോടു കൂട്ടാൻ പറയുക.

കൂട്ടുകാരൻ ക്രിയ ചെയ്തു കഴിയുമ്പോൾ മജീഷ്യൻ നേരത്തെ മേശപ്പുറത്തു മടക്കിവെച്ച കടലാസ് നിവർത്തി കാണിക്കുന്നു. കൂട്ടുകാരനു ക്രിയ ചെയ്തു കിട്ടിയ അതേ ഉത്തരം; 43720.

കൂട്ടുകാർക്ക് മാജിക്കിൽ രസം കയറിയപ്പോൾ മജീഷ്യൻ രഹസ്യം വെളിപ്പെടുത്തി. ആദ്യം ഗുണിച്ചത് 5 കൊണ്ട്. പിന്നെ 3 കൊണ്ട്.

ഏറ്റവും ഒടുവിൽ 2 കൊണ്ട്. 5+3+2=10. ചുരുക്കിപ്പറഞ്ഞാൽ 4372നെ 10 കൊണ്ട് ഗുണിക്കുന്നതാണ് ഉത്തരം.

ഒരു സംഖ്യയെ 10 കൊണ്ട് ഗുണിക്കുന്നതിന് സംഖ്യയുടെ വലതുവശം ഒരു പൂജ്യംചേർത്താൽ മതിയെന്ന് പഠിച്ചിട്ടുണ്ടല്ലോ. അങ്ങനെയാണ് മാജിക്ക് തുടങ്ങും മുമ്പുതന്നെ മജീഷ്യൻ ഉത്തരമെഴുതി മേശപ്പുറത്തു മടക്കിവച്ചത്.

കൂട്ടുകാർ ഒരു സംശയം ഉന്നയിച്ചേക്കാം. എപ്പോഴും 10 തന്നെ വരണമെന്നുണ്ടോ? അങ്ങനെ വരുമ്പോൾ എന്തു ചെയ്യണമെന്ന് ഒരു ഉദാഹരണത്തിലൂടെ വ്യക്തമാക്കാം.

കൂട്ടുകാരൻ ആദ്യം പറയുന്ന സംഖ്യ 876 ആണെന്നു കരുതുക. സംഖ്യയിലെ അക്കങ്ങളുടെ എണ്ണം എത്ര വേണമെങ്കിലും ആകാമെന്നു പറഞ്ഞല്ലോ. കൂട്ടുകാരൻ ആദ്യം 8 കൊണ്ടും പിന്നെ 6 കൊണ്ടും ഗുണിച്ചു കൂട്ടുന്നു. ഇപ്പോൾ 8+6 = 14 ആയി. അതുകൊണ്ടു മജീഷ്യൻ പറയണം. 876 നെ 4 കൊണ്ടു ഗുണിച്ച് മുമ്പു കിട്ടിയ തുകയിൽനിന്നു കുറക്കണമെന്ന്. 8+6-4 = 10. മജീഷ്ൻ എഴുതിവെക്കുന്ന ഉത്തരം തന്നെ കൂട്ടുകാരനും കിട്ടും; 8760.

മാജിക്കിന്റെ രഹസ്യം ആദ്യംതന്നെ വെളിപ്പെടുത്തരുത്. സദസ്സിൽ ചില മിടുക്കന്മാർ അതു കണ്ടുപിടിച്ചെന്നു വരാം. അവർക്ക് ഒരു മിഠായി കൊടുത്തു പ്രോത്സാഹിപ്പിക്കാം. ഒപ്പം മാജിക് തീരുവോളം ഉത്തരം വിളിച്ചുപറയരുതെന്ന് ആവശ്യപ്പെടുകയും വേണം.

ക്രിയകൾ കാണുക.

ഉദാഹരണം 1

സംഖ്യ 4372. ഗുണിച്ചത് 5, 3, 2 എന്നീ സംഖ്യകൾ കൊണ്ട്

4372 X 5 + 4372 X 3 + 4372 X 2

= 4372 (5+3+2)

= 4372 X 10

= 43720

ഉദാഹരണം 1

സംഖ്യ876. ഗുണിച്ചത് 8, 6, 4 എന്നീ സംഖ്യകൾ കൊണ്ട്

876 X 8 + 876 X 6 - 876 X 4

= 876 (8+6-4)

= 876 X 10

= 8760

2. ഏതു ക്രിയക്കും ഒരേ ഉത്തരം

കഴിഞ്ഞതിനോട് സമാനമായ മറ്റൊരു മാജിക്കു കൂടിയാവാം. നിങ്ങൾ മജീഷ്യനാണ്. കൂട്ടുകാരുടെ മുന്നിൽ നിൽക്കുന്നു. കൂട്ടുകാരിൽ ഒരാളോട് ഇഷ്ടമുള്ള ഒരു സംഖ്യ പറയാൻ ആവശ്യപ്പെടുക. സംഖ്യയിലെ അക്കങ്ങളുടെ എണ്ണം എത്രയുമാകാം.

കൂട്ടുകാരൻ 8236 എന്നു പറയുന്നു. അതിനെ 100ൽ കുറഞ്ഞ ഏതെങ്കിലുമൊരു സംഖ്യകൊണ്ടു ഗുണിക്കാൻ പറയുക. സമയലാഭത്തിനായി കാൽക്കുലേറ്റർ ഉപയോഗിക്കാം. കൂട്ടുകാരൻ 63 കൊണ്ടു ഗുണിക്കുന്നു.

ഇവിടെയും ഒരു കാര്യം ഓർക്കണം. കൂട്ടുകാരൻ 8236 എന്നു പറയുമ്പോൾ തന്നെ മജീഷ്യൻ ഉത്തരമെഴുതി മേശപ്പുറത്തു മടക്കി വച്ചിരിക്കണം.

കൂട്ടുകാരനോടു ഇനിയും ഏതെങ്കിലും സംഖ്യകൊണ്ടു ഗുണിക്കാൻ പറയുക. അയാൾ 27 കൊണ്ട് ഗുണിക്കുന്നു. ഈ ഗുണനഫലം കൂടി ആദ്യത്തേതിനോടു കൂട്ടട്ടെ.

ഇനി അവസാനത്തെ ക്രിയ മജീഷ്യൻ പറയണം. 8236 നെ 10 കൊണ്ടു കൂടി ഗുണിച്ച തൊട്ടുമുമ്പു കിട്ടിയ തുകയോടു കൂട്ടുക. കൂട്ടുകാരൻ ക്രിയ ചെയ്ത് കഴിയുമ്പോൾ നിങ്ങൾ മേശപ്പുറത്തു മടക്കി വച്ച കടലാസ് നിവർത്തി കാണിക്കുന്നു. കൂട്ടുകാരനു കിട്ടിയ അതേ ഉത്തരം; 823600.

കഴിഞ്ഞ മാജിക് പഠിച്ച കൂട്ടുകാർക്ക് എളുപ്പം രഹസ്യം പിടികിട്ടും. 8236നെ ഗുണിച്ച സംഖ്യകൾ 63, 27, 10 ഇവയാണ്. ഇവ കൂട്ടിയാൽ 100 കിട്ടും. 61 + 27 + 10 = 100. ഒരു സംഖയയെ 100 കൊണ്ടു ഗുണിക്കുന്നതിന് സംഖ്യയുടെ വലതുവശം രണ്ട് പൂജ്യങ്ങൾ ചേർത്താൽ മതിയെന്നു പഠിച്ചിട്ടുണ്ടല്ലോ. 8236 x 100 = 823600.

ഇനി കഴിഞ്ഞ മാജിക്കിലെ പോലെ ഇവിടെയും സംശയം വരാം. കൂട്ടുകാരൻ ഗുണിക്കുന്ന സംഖ്യകളുടെ തുക 100ൽ കൂടുതലായാലോ? ഒരുദാഹരണം കാണുക. കൂട്ടുകാരൻ 5497 എന്നു പറയുന്നു. ആദ്യം 52 കൊണ്ടും പിന്നെ 63 കൊണ്ടും ഗുണിക്കുന്നു. 52 + 63 = 115. ഇപ്പോൾത്തന്നെ 115 ആയി. അപ്പോൾ മജീഷ്യൻ കൊടുക്കേണ്ട നിർദ്ദേശമിങ്ങനെ. ഇനി 5497 നെ 15 കൊണ്ടു കൂടി ഗുണിക്കുക. ഈ തുക തൊട്ടുമുമ്പു കിട്ടിയ തുകയിൽ നിന്നും കുറക്കണം. കാരണമെന്തെന്നു മനസ്സിലായല്ലോ.

52 + 63 − 15 = 100

ഉദാഹരണം 1

കൂട്ടുകാരൻ പറഞ്ഞ സംഖ്യ 8236. ഗുണിച്ച സംഖ്യകൾ 63, 27, 10 ഇവയാണ്.

8236 x 63 + 8236 x 27 + 8236 x 10

= 8236 (63+27+10)

= 8326 x 100

= 832600

ഉദാഹരണം 2

സംഖ്യ 5497. ഗുണിച്ചത് 52, 63, 15 എന്നീ സംഖ്യകൾ കൊണ്ട്.

5497 x 52 + 5497 x 63 - 5497 x 15

= 5497 (52+63-15)

= 5497 x 100

= 549700

3. 11 കൊണ്ടൊരു മാജിക്

മാജിക് തുടങ്ങാം നിങ്ങളാണ് മജീഷ്യൻ. നിങ്ങൾ കൂട്ടുകാരുടെ മുന്നിൽ നിൽക്കുന്നു. കൂട്ടുകാരിൽ ഒരാൾ മുന്നോട്ടു വരട്ടെ.

ഒരു രണ്ടക്കസംഖ്യ പറയാൻ നിങ്ങൾ ആവശ്യപ്പെടുന്നു. കൂട്ടുകാരൻ 45 എന്നു പറയുന്നു. നിങ്ങൾ ഉടൻതന്നെ കടലാസിൽ ഒരു സംഖ്യ എഴുതി മടക്കി മേശപ്പുറത്തു വയ്ക്കുന്നു.

കൂട്ടുകാരനോട് 45നെ അയാൾക്കിഷ്ടമുള്ള ഒരു സംഖ്യകൊണ്ടു ഗുണിക്കാൻ പറയുക. പത്തിൽ കുറഞ്ഞ സംഖ്യയായിരിക്കണം. കൂട്ടുകാരൻ 5 കൊണ്ടു ഗുണിക്കുന്നു. ഇവിടെയും ക്രിയ ചെയ്യാൻ ആവശ്യമെങ്കിൽ കാൽക്കുലേറ്റർ ഉപയോഗിക്കാം.

വീണ്ടും ഇഷ്ടമുള്ള സംഖ്യകൊണ്ട് ഗുണിക്കാൻ പറയുക. കൂട്ടുകാരൻ 45നെ 4 കൊണ്ടു ഗുണിക്കുന്നു. ഈ ഗുണനഫലം കൂടി ആദ്യത്തേതിനോടു കൂട്ടണം.

കൂട്ടുകാരൻ ക്രിയ ചെയ്തു കഴിയുമ്പോൾ മജീഷ്യൻ ഇടപെടുന്നു. അവസാനത്തെ ഊഴം മജീഷ്യന്റേതാണ്. 45നെ 2 കൊണ്ട് കൂടി ഗുണിക്കണം. ഗുണനഫലം നേരത്തെ കിട്ടിയ തുകയോടു കൂട്ടുകയും വേണം.

കൂട്ടുകാരൻ ക്രിയ ചെയ്ത് കഴിയുമ്പോൾ നിങ്ങൾ നേരത്തെ മടക്കിവെച്ച കടലാസ് നിവർത്തി കാണിക്കുന്നു. കൂട്ടുകാരനു കിട്ടിയ അതേ ഉത്തരം, 495.

മാജിക്കിന്റെ രഹസ്യത്തിലേക്ക് കടക്കുംമുമ്പ് ഒരുദാഹരണം കൂടി പരിശോധിക്കാം. ഇത്തവണ കൂട്ടുകാരൻ പറയുന്ന രണ്ടക്കസംഖ്യ 75 ആണെന്നു കരുതുക. ഉടൻതന്നെ നിങ്ങൾ ഉത്തരമെഴുതി മടക്കി മേശപ്പുറത്തു വയ്ക്കുന്നു.

കൂട്ടുകാരൻ 75നെ ആദ്യം 8 കൊണ്ടു ഗുണിക്കുന്നു. അതുകഴിഞ്ഞ് 5 കൊണ്ട് ഗുണിച്ച് കൂട്ടുന്നു. അവസാനം മജീഷ്യൻ ഇടപെടുന്നു. ഇനി 75നെ 2 കൊണ്ടുകൂടി ഗുണിക്കുക. എന്നാൽ ഗുണനഫലം കൂട്ടരുത്. മുമ്പ് കിട്ടിയ സംഖ്യയിൽ നിന്നു കുറയ്ക്കണം.

കൂട്ടുകാരൻ ക്രിയ ചെയ്തു കഴിയുമ്പോഴേക്കും നിങ്ങൾ മേശപ്പുറത്തു മടക്കിവച്ച കടലാസ് നിവർത്തി കാണിക്കുന്നു. കൂട്ടുകാരനു കിട്ടിയ അതേ ഉത്തരം, 825.

ഇനി മാജിക്കിന്റെ രഹസ്യത്തിലേക്ക് കടക്കുംമുമ്പ് 11 എന്ന സംഖ്യയുടെ ഒരു ഗുണനപ്രത്യേകത പഠിക്കാം. ഒരു രണ്ടക്കസംഖ്യയെ 11 കൊണ്ട് ഗുണിക്കുന്നതിന് സംഖ്യയിലെ അക്കങ്ങൾ കൂട്ടി അവയ്ക്കിടയിൽ എഴുതിയാൽ മതിയാകും.

25 X 11 = 275
42 X 11 = 473
62 X 11 = 682
51 X 11 = 561
90 X 11 = 990

65 X 11 എങ്ങനെ ഗുണിക്കുമെന്നു നോക്കാം. 6 + 5 = 11. ഇങ്ങനെ അക്കങ്ങൾ കൂട്ടുമ്പോൾ രണ്ടക്കസംഖ്യ വന്നാൽ സാധാരണ ചെയ്യാറുള്ളതുപോലെ ഒറ്റയുടെ സ്ഥാനത്തെ അക്കം എഴുതിയിട്ട് പത്താം സ്ഥാനം ഇടത്തേക്കു കൂട്ടണം.

65 X 11 = 715
49 X 11 = 539
82 X 11 = 902
47 X 11 = 517

ഇനി മാജിക്കിന്റെ രഹസ്യം പറയാം. കൂട്ടുകാരൻ ആദ്യം പറഞ്ഞ സംഖ്യ 45. ഗുണിച്ചത് 5, 4, 2 എന്നീ സംഖ്യകൾ കൊണ്ടാണ്. ഇവയുടെ തുക 11 വരും. 5 + 4 + 2 = 11. അപ്പോൾ ചുരുക്കത്തിൽ 45 X 11 ആണ് മാജിക്ക്. എളുപ്പവഴിയുള്ള ഗുണനം അറിയാവുന്നതുകൊണ്ട് മജീഷ്യൻ ആദ്യംതന്നെ ഉത്തരമെഴുതി മടക്കി മേശപ്പുറത്തു വച്ചു.

കൂട്ടുകാരൻ രണ്ടാമതു പറഞ്ഞ സംഖ്യ 75. ഗുണിച്ചത് 8, 5 എന്നീ

സംഖ്യകൊണ്ട്. 8 + 5 = 13. ഇപ്പോൾതന്നെ 11ൽ കൂടുതലായി. അതുകൊണ്ടാണ് മജീഷ്യൻ 2 കൊണ്ടു ഗുണിച്ച് കുറക്കാൻ ആവശ്യപ്പെട്ടത്. 8 + 5 − 2 = 11. രണ്ടു ക്രിയകളും കാണുക.

45 X 5 + 45 X 4 + 45 X 2
= 45 (5 + 4 + 2)
= 45 X 11
= 495

75 X ക + 75 X 5 − 75 X 2
= 75 (8 + 5 − 2)
= 75 X 11
= 825

അല്പം പരിശ്രമിച്ചാൽ കൂട്ടുകാരുടെ മുമ്പിൽ അവതരിപ്പിച്ച് മിടുക്കു കാട്ടാൻ പറ്റും. മാജിക്കിന്റെ രഹസ്യം അവർ എളുപ്പം മനസ്സിലാക്കിയെന്നു വരില്ല.

4. പ്രായം ചോദിക്കേണ്ട

ചിലർക്ക് അവരോടു പ്രായം ചോദിക്കുന്നത് ഇഷ്ടമല്ല. അപ്പോൾ പ്രായമറിയാൻ നമ്മൾ എന്തു ചെയ്യും? മാർഗ്ഗമുണ്ട്.

നിങ്ങൾ അയാളുടെ പ്രായത്തിലെ അക്കങ്ങളുടെ തുക ചോദിക്കുക. അയാൾ 11 എന്നു പറയുന്നു. ഇതുവെച്ചു പ്രായം കണ്ടുപിടിക്കാൻ കഴിയുമോ? കഴിയില്ല. കാരണം അക്കങ്ങളുടെ തുക വരുന്ന സംഖ്യകൾ പലതുണ്ട്. 29, 38, 47, 56, 65, 74, 83, 92 ഇവയെല്ലാം അക്കങ്ങളുടെ തുക 11 വരുന്ന സംഖ്യകളാണ്.

അതുകൊണ്ട് നിങ്ങൾ അയാളോട് പ്രായത്തിൽ നിന്നും അക്കങ്ങളുടെ തുക കുറക്കാൻ പറയുക. കുറച്ചു കഴിയുമ്പോൾ അയാൾ ആ സംഖ്യയെ 9 കൊണ്ട് ഹരിച്ച് ഹരണഫലം മാത്രം നിങ്ങളോടു പറയട്ടെ.

ഹരണഫലം 4 എന്നു കിട്ടുന്നു. ഈ 4 ആണ് പ്രായത്തിലെ പത്താം സ്ഥാനത്തെ അക്കം. പ്രായത്തിലെ അക്കങ്ങളുടെ തുക 11 എന്നറിയാവുന്നതുകൊണ്ട് ഒറ്റയുടെ സ്ഥാനത്തെ കണ്ടുപിടിക്കാൻ എളുപ്പമാണ്. 7 എന്നു കിട്ടും. അങ്ങനെ പ്രായം 47 എന്നു മനസ്സിലാക്കാം.

ചോദിക്കാതെ തന്നെ പ്രായം കണ്ടുപിടിക്കുന്ന വിദ്യ മനസ്സിലായല്ലോ. പ്രായം ഒരു രണ്ടക്ക സംഖ്യയാണ് എന്ന സങ്കല്പത്തിലാണ്

ഈ മാജിക് അവതരിപ്പിച്ചിരിക്കുന്നത്. ഒരുദാഹരണം കൂടി പരിശോധിക്കാം.

പ്രായം കണ്ടുപിടിക്കേണ്ട ആൾ പ്രായത്തിലെ അക്കങ്ങളുടെ തുക 9 എന്നു പറയുന്നു. ഇനി അയാൾ പ്രായത്തിൽനിന്നും 9 കുറക്കണം. എന്നിട്ട് കുറിച്ചുകിട്ടുന്ന സംഖ്യയെ 9 കൊണ്ടു ഹരിച്ച് ഹരണഫലം നിങ്ങളോടു പറയുന്നു.

ഹരണ ഫലം 3. ഈ 3 ആണ് പ്രായത്തിലെ പത്താം സ്ഥാനത്തെ അക്കം. അക്കങ്ങളുടെ തുക 9 ആയതുകൊണ്ട് ഒറ്റയുടെ സ്ഥാനം 6. അങ്ങനെ പ്രായം 36 എന്നു കിട്ടുന്നു.

മാജിക് മനസ്സിലായല്ലോ. ഇനി ആരുടെ പ്രായം വേണേലും കണ്ടുപിടിക്കാം.

5. കണ്ണുകെട്ടിക്കളി

സദസ്സിൽനിന്നും ഒരാൾ വന്ന് നിങ്ങളുടെ കണ്ണ് മൂടിക്കെട്ടട്ടെ. കാരണം കൂട്ടുകാർ ഇനി ബോർഡിൽ ചെയ്യുന്ന ക്രിയകളൊന്നും നിങ്ങൾ കണ്ടുകൂടാ. കാണാതെതന്നെ നിങ്ങൾ ഉത്തരം വിളിച്ചുപറയും. അതാണ് മാജിക്.

കണ്ണുകെട്ടിക്കഴിഞ്ഞെങ്കിൽ കൂട്ടുകാരിൽ ഒരാൾ ബോർഡിൽ ഒരു മൂന്നക്ക സംഖ്യ എഴുതട്ടെ. ഏതു സംഖ്യയും എഴുതാം. എന്നാൽ അക്കങ്ങൾ തുല്യമാകാൻ പാടില്ല. സംഖ്യ എഴുതിക്കഴിയുമ്പോൾ അതിലെ ആദ്യത്തേതും അവസാനത്തേയും അക്കങ്ങൾ തമ്മിലുള്ള വ്യത്യാസം നിങ്ങളോടു പറയണം. ഉദാഹരണത്തിന് 476 എന്നാണ് ബോർഡിൽ എഴുതിയതെങ്കിൽ നിങ്ങളോടു പറയേണ്ടത് 2 എന്നാണ്. 6 – 4 = 2. 6, 4 എന്നീ സംഖ്യകൾ ഒരു കാരണവശാലും നിങ്ങളോടു പറയരുത്. ഇനി 732 എന്നാണ് എഴുതിയതെങ്കിൽ നിങ്ങളോടു പറയേണ്ടത് 5 എന്നാണ്. 7 – 2 = 5.

ശരി ബോർഡിൽ 187 എന്നെഴുതിയിട്ട് കൂട്ടുകാരൻ നിങ്ങളോട് 6 എന്നു പറയുന്നു. നിങ്ങൾ അടുത്ത നിർദേശം കൊടുക്കണം. മൂന്നക്കസംഖ്യയും അതു വിപരീത ക്രമത്തിൽ എഴുതിയ സംഖ്യയും തമ്മിലുള്ള വ്യത്യാസം കാണുക. കൂട്ടുകാരൻ ക്രിയ ചെയ്യുന്നു. 187 വിപരീത ക്രമത്തിൽ എഴുതിയാൽ 781. 781, 187 ഉവ തമ്മിലുള്ള വ്യത്യാസം 594.

ഇനിയാണ് മാജിക്. ഈ ക്രിയകളൊന്നും നിങ്ങൾ കാണുന്നില്ല. ആകെ അറിയാവുന്നത് വ്യത്യാസം 6 എന്നും മാത്രം. എന്നാൽ കണ്ണുകെട്ടി നിൽക്കുന്ന നിങ്ങൾ ബോർഡിൽ ക്രിയ ചെയ്തു കിട്ടിയ ഉത്തരം

വിളിച്ചുപറയുന്നു. 594.

ഇനി മറ്റൊരാൾ മുന്നോട്ടുവരട്ടെ. അയാൾ ബോർഡിൽ 732 എന്നെഴുതിയിട്ട് ആദ്യത്തെയും അവസാനത്തെയും അക്കങ്ങൾ തമ്മിലുള്ള വ്യത്യാസം 5 നിങ്ങളൊട്ടു വിളിച്ചുപറയുന്നു. എന്നിട്ട് 732 ഉം അതു തിരിച്ചെഴുതിയ 237 ഉം തമ്മിൽ കുറയ്ക്കുന്നു. 732 – 237 = 495. കണ്ണു കെട്ടി നിൽക്കുന്ന നിങ്ങൾ ഉത്തരം വിളിച്ചുപറയുന്നു. 495.

ഒരാവർത്തി കൂടിയാവട്ടെ. കൂട്ടുകാരൻ ബോർഡിൽ 901 എന്നെഴുതിയിട്ട് ആദ്യത്തെയും അവസാനത്തെയും അക്കങ്ങൾ തമ്മിലുള്ള വ്യത്യാസം നിങ്ങളോടു പറയുന്നു, 8. എന്നിട്ട് അയാൾ 901 ഉം അതു തിരിച്ചെഴുതിയ 109 ഉം തമ്മിൽ കുറയ്ക്കുന്നു. 901 – 109 = 792. കണ്ണു കെട്ടി നിൽക്കുന്ന നിങ്ങൾ വിളിച്ചു പറയുന്നു 792.

സദസ്സിന് തീർച്ചയായും മാജിക്ക് ഇഷ്ടപ്പെടും. മാജിക്കിലെ ഗണിത നിയമങ്ങളൊക്കെ നിങ്ങൾ ഉയർന്ന ക്ലാസുകളിലെത്തുമ്പോൾ പഠിക്കാം. തല്ക്കാലം കണ്ണുകെട്ടി നിൽക്കുന്ന ആൾ ഉത്തരം പറഞ്ഞതെങ്ങനെയെന്നു പഠിക്കുക.

ആദ്യത്തെ ഉദാഹരണത്തിൽ 6 ആയിരുന്നു വ്യത്യാസം. ഉത്തരം പറഞ്ഞതിങ്ങനെ. 6 X 100 – 6 = 594.

രണ്ടാമത്തെ ഉദാഹരണത്തിൽ വ്യത്യാസം 5. ഉത്തരം പറഞ്ഞതിങ്ങനെ. 5 X 100 – 5 = 495. മൂന്നാമത്തെ ഉദാഹരണത്തിൽ വ്യത്യാസം 8. അപ്പോൾ മൂന്നക്കസംഖ്യയും അതു വിപരീതക്രമത്തിൽ എഴുതിയ സംഖ്യയും തമ്മിലുള്ള വ്യത്യാസം 8 X 100 – 8 = 792.

മാജിക് മനസ്സിലായല്ലോ. ധൈര്യമായി കൂട്ടുകാരുടെ മുമ്പിൽ അവതരിപ്പിച്ച് കയ്യടി നേടുക.

6. കള്ളനെ പിടിക്കാം

നിങ്ങൾ മജീഷ്യനായി സദസ്സിനു മുന്നിൽ നിൽക്കുന്നു. കൂട്ടുകാർ ബുക്കും പേനയും എടുക്കട്ടെ. മാജിക്കു തുടങ്ങുംമുമ്പ് നിങ്ങൾ ബോർഡിൽ പൂർണവർഗങ്ങളുടെ പട്ടിക എഴുതിയിടണം.

1	X	1	=	1
2	X	2	=	4
3	X	3	=	9
4	X	4	=	16
5	X	5	=	25
6	X	6	=	36

7	x	7	=	49
8	x	8	=	64
9	x	9	=	81
10	x	10	=	100

ഇനി കൂട്ടുകാർ ബുക്കിൽ ഒന്നിടവിട്ട രണ്ടു സംഖ്യകൾ എഴുതി ഗുണിക്കട്ടെ. സംഖ്യകൾ ഒറ്റയോ ഇരട്ടയോ ഏതുമാകാം. ഉദാഹരണത്തിന് 7, 9; 12, 14; 18, 20; ഇവയെല്ലാം ഒന്നിടവിട്ട സംഖ്യകളാണ്. കൂട്ടുകാർ ഗുണനഫലം പറഞ്ഞു കഴിഞ്ഞാലുടനെ ഈ സംഖ്യകള്ക്കിടയിൽ ഒളിച്ചിരിക്കുന്ന സംഖ്യ ഏതെന്ന് നിങ്ങൾ പറയും.

കൂട്ടുകാരിൽ ഒരാൾ എണീറ്റ് ഗുണനഫലം 80 എന്നു പറയുന്നു. എങ്കിൽ ഗുണിച്ച സംഖ്യകൾക്കിടയിൽ വരുന്ന സംഖ്യ 9.

മറ്റൊരാൾക്കു കിട്ടിയ ഗുണനഫലം 48 ആണ്. എങ്കിൽ ഇടയ്ക്കു വരുന്ന സംഖ്യ 7. മൂന്നാമതൊരാൾ ഗുണനഫലം 143 എന്നു പറയുന്നു. ഇടയ്ക്കുവരുന്ന സംഖ്യ 12 എന്ന് നിങ്ങൾ നിമിഷം കൊണ്ട് ഉത്തരം പറയുന്നു. ഇനി മറ്റൊരു കൂട്ടുകാരന് ഗുണനഫലം 255 കിട്ടുന്നുവെന്നു കരുതുക. ഇടക്കുവരുന്ന സംഖ്യ 16 ആയിരിക്കും.

ഇനി ഉത്തരം പറയുന്ന വിദ്യ പറഞ്ഞുതരാം. ആദ്യത്തെ ഗുണനഫലം 80 ആയിരുന്നു. ഇതിനോട് 1 കൂടി കൂട്ടുക. 81 കിട്ടും. 81ന്റെ വർഗമൂലമായിരിക്കും ഗുണിച്ച സംഖ്യകൾക്കിടയിലുള്ള സംഖ്യ. 9 x 9 = 81

അടുത്തയാളിന്റെ ഗുണനഫലം 48 ആയിരുന്നു. 1 കൂടി കൂട്ടിയാൽ 49 ആകും. 49ന്റെ വർഗമൂലമാണ് ഇടയ്ക്കുള്ള സംഖ്യ. അതായത് 7. അടുത്ത ഗുണനഫലം 143. 1 കൂടി കൂട്ടിയാൽ 144 കിട്ടും. 144ന്റെ വർഗമൂലം 12. ഇതാണ് ഇടയ്ക്കുവരുന്ന സംഖ്യ. 12 x 12 = 144

പിന്നീട് പറഞ്ഞ ഗുണനഫലം 255. 1 കൂടി കൂട്ടിയാൽ സംഖ്യ 256 ആകും. 256ന്റെ വർഗമൂലം 16. 16 x 16 = 256. ഈ മാജിക്കിനുപയോഗിച്ച സർവ്വസമവാക്യം $(a+b)(a-b) = a^2-b^2$ എന്നതാണ്. ഇതേപ്പറ്റി കൂടുതലായി സ്കൂളിൽ പഠിക്കും.

നടുക്കുവരുന്ന സംഖ്യ x എങ്കിൽ ഇരുവശവുമുള്ള സംഖ്യകൾ (x+1), (x-1) ഇവയായിരിക്കും.

$$(x+1 (x-1) = 80$$
$$x^2-1 = 80$$
$$x^2 = 80 + 1$$

$$x = \sqrt{81}$$
$$x = 9$$

ഇടയ്ക്കുവരുന്ന സംഖ്യ 9. മറ്റ് ഉദാഹരണങ്ങൾ ഓരോന്നും ഇതുപോലെ ക്രിയ ചെയ്ത് കണ്ടുപിടിക്കാം.

7. ഉത്തരം റെഡി

ഒരു ചെറിയ മാജിക്കാവട്ടെ. ഇത്തവണയും മജീഷ്യൻ സദസിനു മുന്നിൽ നിൽക്കുന്നു. കൂട്ടുകാർ ബുക്കും പേനയും എടുത്ത് റെഡിയായി കഴിയുമ്പോൾ ഓരോരുത്തരും അവരവർക്കിഷ്ടമുള്ള ഒരു രണ്ടക്കസംഖ്യ എഴുതാൻ പറയുക. എന്നിട്ട് ആ സംഖ്യ തിരിച്ചെഴുതണം. ഈ രണ്ട് സംഖ്യകളും കൂടി കുറച്ചുകിട്ടുന്ന ഫലം മജീഷ്യൻ പറയും. അതാണ് മാജിക്ക്.

ഉദാഹരണത്തിന് ഒരാൾ എഴുതിയ രണ്ടക്കസംഖ്യ 27 ആണെന്ന് കരുതുക. തിരിച്ചെഴുതിയാൽ 72 കിട്ടും. ഈ രണ്ടു സംഖ്യകളും തമ്മിലുള്ള വ്യത്യാസമാണ് മജീഷ്യൻ വിളിച്ചുപറയുന്നത്. സംഖ്യകൾ ഏതൊക്കെയാണെന്ന് മജീഷ്യൻ അറിയുന്നില്ല എന്നോർക്കണം. ആകെ അറിയേണ്ടത് രണ്ടക്ക സംഖ്യയിലെ അക്കങ്ങൾ തമ്മിലുള്ള വ്യത്യാസം മാത്രം. സൗകര്യത്തിനുവേണ്ടി കൂട്ടുകാർക്ക് നമ്മൾ ഒന്നാമൻ, രണ്ടാമൻ, മൂന്നാമൻ എന്നിങ്ങനെ പേരു കൊടുക്കുകയാണ്.

ഒന്നാമൻ : ഞാനെഴുതിയ രണ്ടക്കസംഖ്യയിലെ അക്കങ്ങൾ തമ്മിലുള്ള വ്യത്യാസം 7.

മജീഷ്യൻ : എങ്കിൽ സംഖ്യയും അതു തിരിച്ചെഴുതിയ സംഖ്യയും തമ്മിലുള്ള വ്യത്യാസം 63.

രണ്ടാമൻ : അക്കങ്ങൾ തമ്മിലുള്ള വ്യത്യാസം 4.

മജീഷ്യൻ : സംഖ്യയും അതു തിരിച്ചെഴുതിയ സംഖ്യയും തമ്മിലുള്ള വ്യത്യാസം 36.

മൂന്നാമൻ :അക്കങ്ങൾ തമ്മിലുള്ള വ്യത്യാസം 2.

മജീഷ്യൻ : സംഖ്യകൾ തമ്മിലുള്ള വ്യത്യാസം 18.

പരിശോധന

ഒന്നാമൻ		
സംഖ്യ	18	
അക്കങ്ങൾ തമ്മിലുള്ള സംഖ്യ	8 - 1	7
തിരിച്ചെഴുതിയ സംഖ്യ	81	
വ്യത്യാസം	81 - 18	63
രണ്ടാമൻ		
സംഖ്യ	59	
അക്കങ്ങൾ തമ്മിലുള്ള സംഖ്യ	9 - 5	4
തിരിച്ചെഴുതിയ സംഖ്യ	95	
വ്യത്യാസം	95 - 59	36
മൂന്നാമൻ		
സംഖ്യ	35	
അക്കങ്ങൾ തമ്മിലുള്ള സംഖ്യ	5 - 3	2
തിരിച്ചെഴുതിയ സംഖ്യ	53	
വ്യത്യാസം	53 - 35	18

ഓരോ ഉദാഹരണത്തിലും അക്കങ്ങൾ തമ്മിലുള്ള വ്യത്യാസത്തെ 9 കൊണ്ടു ഗുണിക്കുന്നതാണ് ഉത്തരമെന്നു കാണാം. അതാണ് മാജിക്കിന്റെ രഹസ്യവും.

8. പിടികിട്ടാ പുള്ളി

അത്യധികം രസകരവും കൂട്ടുകാർക്ക് അത്ര എളുപ്പത്തിൽ ഉത്തരം കണ്ടുപിടിക്കാൻ കഴിയാത്തതുമായ ഒരു മാജിക്കാണിത്. കൂട്ടുകാർ നോട്ടുബുക്കിൽ ഒരു മൂന്നക്കസംഖ്യ എഴുതട്ടെ. നിബന്ധനകളുണ്ട് കേട്ടോ. സംഖ്യയിലെ അക്കങ്ങൾ ആരോഹണക്രമത്തിലായിരിക്കണം. കൂടാതെ അക്കങ്ങൾ തമ്മിൽ തുല്യ അകലം പാലിക്കുകയും വേണം. ഉദാഹരണത്തിന് 468. ഇവിടെ അക്കങ്ങൾ ആരോഹണക്രമത്തിലാണ്. 2 വീതം കൂടുന്നു. മറ്റൊരുദാഹരണം 789. ഇവിടെയും അക്കങ്ങൾ

ആരോഹണക്രമം പാലിക്കുന്നു. 1 വീതം കൂടുന്നു. ഇനി 369 കാണു ക. അക്കങ്ങൾ 3 വീതം കൂടുന്നു. കൂട്ടുകാർ ഈ രീതിയിൽ അവർക്കി ഷ്ടമുള്ള ഒരു മൂന്നക്കസംഖ്യ എഴുതട്ടെ. കൂട്ടുകാരിൽ ഒരാൾ 357 എന്നെഴുതിയെന്നു കരുതുക.

ഇനി 357ൽ നിന്നും അതിലെ അക്കങ്ങളുടെ തുക കുറയ്ക്കണം. അക്കങ്ങളുടെ തുക 3 + 5 + 7 = 15. 357 - 15 = 342. ഇനി ഇപ്പോൾ കിട്ടിയ സംഖ്യയെ 9 കൊണ്ടു ഹരിക്കണം. ഉത്തരം 38.

ഈ 38 മാത്രമേ കൂട്ടുകാർ നിങ്ങളോടു പറയുന്നുള്ളൂ. മൂന്നക്ക സംഖ്യ നിങ്ങൾ നിമിഷം കൊണ്ടു വിളിച്ചുപറയും. അതാണ് മാജിക്.

ഉത്തരം പറയുന്നതെങ്ങനെയെന്നു കേൾക്കുക. 9 കൊണ്ടു ഹരി ച്ചുകിട്ടിയ സംഖ്യ 38 ആണല്ലോ. 38നെ 12 കൊണ്ടു ഹരിക്കുക. ഹര ണഫലം 3 ശിഷ്ടം 2. ഹരണഫലം കിട്ടിയ 3 ആണ് മൂന്നക്കസംഖ്യ യിലെ ആദ്യത്തെ അക്കം. ശിഷ്ടം 2 കൂട്ടിയാൽ അടുത്ത അക്കം കിട്ടും. 3 + 2 = 5 വീണ്ടും ശിഷ്ടം കൂടിയാൽ മൂന്നാമത്തെ അക്കവും കിട്ടും. 5 + 2 = 7. അങ്ങനെ സംഖ്യ 357 എന്നു പറയാം. അല്പമൊന്നു പരി ചയിച്ചു കഴിഞ്ഞാൽ ഈ ക്രിയകളൊക്കെ നിമിഷംകൊണ്ട് മനക്ക ണക്കു കൂട്ടി കൂട്ടുകാരെ വിസ്മയിപ്പിക്കാം.

ഇനി 9 കൊണ്ട് ഹരിച്ചുകിട്ടിയ സംഖ്യ 50 ആണെന്നിരിക്കട്ടെ. എങ്ങനെ മൂന്നക്ക സംഖ്യ കണ്ടുപിടിക്കും? 50നെ 12 കൊണ്ട് ഹരി ക്കുക. ഹരണഫലം 4. ശിഷ്ടം 2. മൂന്നക്കസംഖ്യയിലെ ആദ്യത്തെ അക്കം 4. തുടർന്നുള്ള അക്കങ്ങൾ കാണാൻ ശിഷ്ടം 2 തുടർച്ചയായി കൂട്ടുക. 4 + 2 = 6. 6 + 2 = 8. മൂന്നക്കസംഖ്യ 468.

9 കൊണ്ടു ഹരിച്ചപ്പോൾ 85 കിട്ടിയെന്നു കരുതുക. 85നെ 12 കൊണ്ട് ഹരിച്ചാൽ ഹരണഫലം 7. ശിഷ്ടം 1. 7 ആണ് ആദ്യത്തെ അക്കം. തുടർന്നുള്ള അക്കങ്ങൾ അറിയാൻ ശിഷ്ടം തുടരെ കൂട്ടുക. 7 + 1 = 8, 8 + 1 = 9. മൂന്നക്കസംഖ്യ 789. ഒരുദാഹരണം കൂടി പരിശോധിക്കാം. 9 കൊണ്ടു ഹരിച്ചപ്പോൾ 39 കിട്ടുന്നു. 39നെ 12 കൊണ്ടു ഹരിച്ചാൽ ഹരണഫലം 3, ശിഷ്ടം 3. ആദ്യത്തെ അക്കം 3. തുടർന്നുള്ള അക്ക ങ്ങളറിയാൻ ശിഷ്ടം 3 തുടരം കൂട്ടുക. 3 + 3 = 6, 6 + 3 = 9. മൂന്നക്ക സംഖ്യ 369.

നന്നായി പരിശീലിച്ചിട്ട് കൂട്ടുകാരുടെ മുന്നിൽ അവതരിപ്പിച്ചു മിടു ക്കുകാട്ടുക.

9. തുക പറയാം

ശരി, മാജിക് തുടങ്ങാം. കൂട്ടുകാർ ബുക്കിൽ ഒരു മൂന്നക്ക സംഖ്യ എഴുതട്ടെ. അക്കങ്ങൾ തുല്യമാകരുത്. ഒരാൾ 275 എന്നെഴുതുന്നു. ഇതിലെ മൂന്നക്കങ്ങൾ ക്രമീകരിച്ച് 6 സംഖ്യകൾ എഴുതാം.

2 7 5
2 5 7
7 2 5
7 5 2
5 2 7
5 7 2

കൂട്ടുകാർ ആദ്യത്തെ സംഖ്യ എഴുതുമ്പോൾതന്നെ മുകളിൽ കാണുന്ന 6 സംഖ്യകളും കൂട്ടിക്കിട്ടുന്ന തുക നിങ്ങൾ വിളിച്ചുപറയും. അതാണ് മാജിക്. മുകളിൽ എഴുതിയിരിക്കുന്ന സംഖ്യകളുടെ തുക 3108 ആയിരിക്കും. ശരിയാണോ എന്നുകൂട്ടി നോക്കുക.

ഇനി കൂട്ടുകാർ എഴുതുന്ന സംഖ്യ 179 ആണെന്നു കരുതുക. ഇതിൽ നിന്നെഴുതാവുന്ന 6 സംഖ്യകൾ ഇവയാണ്.

1 7 9
1 9 7
7 1 9
7 9 1
9 1 7
9 7 1

179 എന്നു കേൾക്കുമ്പോൾതന്നെ നിങ്ങൾ ഉത്തരം വിളിച്ചു പറയുന്നു 3774. കൂട്ടിനോക്കി ശരിയാണോ എന്നു ബോധ്യപ്പെടുക.

432 ആണ് സംഖ്യ എങ്കിൽ തുക 1998 ആയിരിക്കും. 735 എങ്കിൽ തുക 3330. ഇനി മാജിക്കിന്റെ രഹസ്യം പറഞ്ഞുതരാം. മൂന്നക്കസംഖ്യയിലെ അക്കങ്ങളുടെ തുകയെ 222 കൊണ്ടു ഗുണിക്കുന്നതായിരിക്കും ഉത്തരം.

1. സംഖ്യ 416
   തുക 222 X 11 = 2442
2. സംഖ്യ 386
   തുക 222 X 17 = 3774

3. സംഖ്യ 654
   തുക 222 X 15 = 3330
4. സംഖ്യ 230
   തുക 222 X 5 = 1110

ഓരോ ഉദാഹരണത്തിലും സംഖ്യകൾ കൂട്ടിനോക്കി ഉത്തരം ശരിയെന്നു ബോധ്യപ്പെടുക.

10. അക്കങ്ങൾ കുറഞ്ഞാലോ?

കൂട്ടുകാർ ഒരു മൂന്നക്കസംഖ്യ എഴുതട്ടെ. അക്കങ്ങൾ ഇടത്തുനിന്നു വലത്തോട്ടു നിശ്ചിത തോതിൽ കുറഞ്ഞുവരണം. 1 വീതം കുറയുന്നുവെന്നു കരുതുക. 876, 543, 321. ഇവയൊക്കെ അക്കങ്ങൾ 1 വീതം കുറഞ്ഞുവരുന്ന മൂന്നക്ക സംഖ്യകളാണ്. കൂട്ടുകാർ 654 എന്നെഴുതുന്നു. ഇനി ഈ സംഖ്യയിലെ അക്കങ്ങളുടെ തുക കാണണം. 6 + 5 + 4 = 15. എന്നിട്ട് 654ൽനിന്നും അക്കങ്ങളുടെ തുക കുറക്കണം. 654 - 15 = 639. ഒരു ജോലികൂടി. കുറച്ചുകിട്ടിയ സംഖ്യയെ 9 കൊണ്ട് ഹരിക്കുക. 71 കിട്ടും. ഈ 71 അറിഞ്ഞാൽ മൂന്നക്കസംഖ്യ ഏതെന്ന് മജീഷ്യൻ പറയും.

എങ്ങനെ? കേട്ടോളൂ. മാജിക്കിന്റെ രഹസ്യം പറഞ്ഞുതരാം. 9 കൊണ്ട് ഹരിച്ചുകിട്ടിയ 71നോട് 1 കൂടി കൂട്ടുക. അക്കങ്ങൾ 1 വീതമാണ് കുറയുന്നതെന്നോർക്കുക. 71 + 1 = 72. 72നെ 12 കൊണ്ട് ഹരിച്ചാൽ 6 കിട്ടും. ഈ 6 ആണ് മൂന്നക്കസംഖ്യയിലെ ആദ്യത്തെ അക്കം. അക്കങ്ങൾ 1 വീതം കുറയുന്നതുകൊണ്ട് സംഖ്യ 654 എന്ന് നിഷ്പ്രയാസം പറയാം.

ഇനി മറ്റൊരു ഉദാഹരണം പരിശോധിക്കാം. കൂട്ടുകാർ മൂന്നക്ക സംഖ്യ 531 എന്നെഴുതുന്നു. ഇവിടെ അക്കങ്ങൾ 2 വീതമാണ് കുറയുന്നത്. അക്കങ്ങളുടെ തുക 5 + 3 + 1 = 9. 531ൽ നിന്ന് 9 കുറച്ചാൽ 522 കിട്ടും. ഇനി ഇതിനെ 9 കൊണ്ട് ഹരിക്കണം. ഉത്തരം 58.

ഈ 58 അറിഞ്ഞാൽ മൂന്നക്ക സംഖ്യ പറയുന്നതെങ്ങനെയെന്നു കേൾക്കുക. 58നോട് 2 കൂട്ടണം. കാരണം അക്കങ്ങൾ 2 വീതം കുറയുന്ന മൂന്നക്കസംഖ്യയാണ്. 58 + 2 = 60. 60നെ 12 കൊണ്ട് ഹരിച്ചാൽ ഹരണഫലം 5. ഈ 5 ആണ് മൂന്നക്കസംഖ്യയിലെ ആദ്യത്തെ അക്കം. അക്കങ്ങൾ 2 വീതം കുറഞ്ഞുവരുന്നതുകൊണ്ട് മൂന്നക്കസംഖ്യ 531.

സംഖ്യ 852 ആയാലോ? ഇവിടെ അക്കങ്ങൾ 3 വീതം കുറയുന്നു. അക്കങ്ങളുടെ തുക 8 + 5 + 2 = 15. മൂന്നക്കസംഖ്യയിൽ നിന്നും

അക്കങ്ങളുടെ തുക കുറച്ചാൽ 837 കിട്ടും. ഇനി ഇതിനെ 9 കൊണ്ട് ഹരിക്കണം. 93 കിട്ടും.

ഉത്തരം പറയേണ്ടതിങ്ങനെ. 93നോട് 3 കൂട്ടുക. അക്കങ്ങൾ 3 വീതം കുറയുന്ന മൂന്നക്കസംഖ്യയാണെന്ന് ഓർക്കുക. 93 + 3 = 96. 96നെ 12 കൊണ്ട് ഹരിച്ചാൽ 8 കിട്ടും. മൂന്നക്കസംഖ്യയിലെ ആദ്യത്തെ അക്കം 8. അക്കങ്ങൾ 3 വീതം കുറയുന്നതുകൊണ്ട് സംഖ്യ 852.

ഒരു ഉദാഹരണം കൂടി പരിശോധിക്കാം. സംഖ്യ 951. അക്കങ്ങൾ 4 വീതം കുറയുന്നു. അക്കങ്ങളുടെ തുക 9 + 5 + 1 = 15. 951ൽ നിന്ന് 15 കുറച്ചാൽ 936 കിട്ടും. ഇതിനെ 9 കൊണ്ട് ഹരിക്കണം. ഹരണഫലം 104.

104 ഉപയോഗിച്ച് മൂന്നക്കസംഖ്യ കണ്ടുപിടിക്കാം. ആദ്യം 4 കൂടി കൂട്ടണം. 104 + 4 = 108. 12 കൊണ്ട് ഹരിച്ചാൽ 9കിട്ടും. ഇതാണ് ആദ്യത്തെ അക്കം. തുടർന്നുള്ള അക്കങ്ങൾ കാണാൻ 4 വീതം കുറക്കുക. സംഖ്യ 951.

ഇനി കൂട്ടുകാരുടെ മുന്നിൽ ധൈര്യമായി മാജിക് അവതരിപ്പിക്കാമല്ലോ.

ക്രിയാചതുരങ്ങൾ

ഗണിതത്തിൽ താല്പര്യം വർദ്ധിപ്പിക്കുന്നതും മാനസികോല്ലാസം ആവോളം ലഭിക്കുന്നതുമായ ഒരു പഠനപ്രവർത്തനമാണ് ക്രിയാചതുരങ്ങൾ ഒരു പഠനപ്രവർത്തനമാണ് ക്രിയാചതുരങ്ങൾ. ഇതുമൂലം ഗണിതക്രിയകൾ പെട്ടെന്നു ചെയ്യാനള്ള കഴിവു വർദ്ധിക്കും. ക്രിയാചതുരങ്ങൾ ഒരു മത്സരക്കളിയായും നൽകാവുന്നതാണ്. ആദ്യം ക്രിയ ചെയ്തു ശരിയാക്കുന്ന ആളിന് ഒരു സമ്മാനം നൽകാം.

24		8	→	32
X		X		
		1	→	2
↓		↓		
48			→	384

ക്രിയാചതുരങ്ങളുടെ മാതൃക കാണുക. ആകെ 25 കോളങ്ങളുണ്ട്. ഇതിൽ കറുപ്പിച്ചിരിക്കുന്ന 6 കോളങ്ങൾ ഒഴിവാക്കാം. ബാക്കി കോളങ്ങൾ പൂരിപ്പിക്കണം. സംഖ്യകളോ +, -, X, ÷ എന്നീ ചിഹ്നങ്ങളിൽ ഒന്നോ ഉപയോഗിച്ചു വേണം പൂരിപ്പിക്കാൻ. ക്രിയകൾ പരസ്പരം ബന്ധപ്പെട്ടു കിടക്കുന്നതുകൊണ്ട് ഒരുകോളം പൂരിപ്പിക്കുമ്പോൾ തുടർന്നു വരുന്ന ക്രിയകൾ ശരിയാകുന്നുണ്ടോ എന്നുകൂടി നോക്കണം.

ഇടത്തുനിന്നു വലത്തോട്ടുള്ള കോളങ്ങൾക്ക് വരി എന്നും മുകളിൽനിന്നു താഴേക്കുള്ള കോളങ്ങൾക്ക് നിര എന്നുമാണ് പറയുന്നത്.

ആദ്യത്തെ വരിയിൽ + ചിഹ്നം കൊടുത്താൽ ക്രിയ ശരിയാകും. 24 + 8 = 32. മൂന്നാമത്തെ വരി ഇങ്ങനെ പൂരിപ്പിക്കാം. 2 x 1 = 2. ഇനി അവസാനത്തെ വരി കാണുക. 48 x 8 = 384.

ഇനി നിരകൾ പരിശോധിക്കാം. ഒന്നാമത്തെ നിര 24 x 2 = 48. മൂന്നാമത്തെ നിര 8 x 1 = 8. പൂരിപ്പിച്ച ചതുരം കാണുക.

24	+	8	→	32
X		X		
2	X	1	→	2
↓		↓		
48	X	8	→	384

ഇനി മറ്റൊരു ചതുരം പരിശോധിക്കാം.

ക്രിയാചതുരം 2

18		12	→	30
X		+		
7	X		→	
↓		↓		
	÷	14	→	9

ഇവിടെ നാല് കോളങ്ങൾ പൂരിപ്പിക്കാനുണ്ട്. ആദ്യത്തെ വരി 18 + 12 = 30 എന്നു പൂരിപ്പിക്കാം. മൂന്നാമത്തെ വരിയിൽ 7 x 2 = 14 ശരിയാകും. എന്നാൽ ഇങ്ങനെ പൂരിപ്പിക്കുമ്പോൾ നിരയിലെ ക്രിയകൾ കൂടി

ശരിയാകുന്നുണ്ടോ എന്നു നോക്കണം. അവസാനത്തെ വരി 126 ÷ 14 = 9 എന്നു പൂരിപ്പിക്കാം.

ഇനി നിരകൾ പരിശോധിക്കാം. ഒന്നാമത്തെ നിര 18 8 7 = 126. മൂന്നാം നിര 12 + 2 = 14. എല്ലാ കോളങ്ങളും പൂരിപ്പിച്ചു കഴിഞ്ഞു. വരികളിലെയും നിരകളിലെയും ക്രിയകൾ ശരിയാകുന്നതായും കണ്ടു.

പൂരിപ്പിച്ച ചതുരം കാണുക.

18	+	12	→	30
X		+		
7	X	2	→	14
↓		↓		
126	÷	14	→	9

ക്രിയാചതുരം 3

12	+		→	30
X				
5		2	→	10
↓		↓		
	÷	20	→	

ഈ ചതുരത്തിൽ ആകെ 6 കോളങ്ങൾ പൂരിപ്പിക്കാനുണ്ട്. ഒന്നാമത്തെ വരി 12 + 18 = 30 എന്നു പൂരിപ്പിക്കാം. മൂന്നാമത്തെ വരിയിൽ 5

x 2 = 10 ശരിയാകും. അവസാന വരിയാവട്ടെ 60 ÷ 20 = 3 എന്നു കിട്ടും.

ഇനി ഈ വിലകൾക്കനുസരിച്ച് നിരകൾ ശരിയാകുന്നുണ്ടോ എന്നു പരിശോധിക്കാം. ഒന്നാമത്തെ നിര 12 x 5 = 60. രണ്ടാമത്തെ നിരയിൽ വരേണ്ട ചിഹ്നം x ആണ്. മൂന്നാം നിര 18 + 2 = 20 എന്നു കിട്ടും. അവസാനത്തെ നിരയിൽ രണ്ടു കോളങ്ങൾ പൂരിപ്പിക്കാനുണ്ട്. 30 ÷ 10 = 3 ആണ് ശരിയുത്തരം.

പൂരിപ്പിച്ച ചതുരം കാണുക.

12	+	18	→	30
x		+		
5	x	2	→	10
↓		↓		
60	÷	20	→	3

ക്രിയാചതുരം 4

	x	15	→	240
+		÷		
			→	24
↓		↓		
30	÷		→	20

ഈ ചതുരത്തിൽ 5 കോളങ്ങൾ പൂരിപ്പിക്കാനുണ്ട്. മുമ്പു ചെയ്തതുപോലെ +, −, x, ÷ എന്നീ ചിഹ്നങ്ങളോ സംഖ്യകളോ ഉപയോഗിച്ചു വേണം പൂരിപ്പിക്കാൻ. ഒന്നാമത്തെ വരിയിൽ 16 x 15 = 240 ശരിയാണ്. മൂന്നാമത്തെ വരി 14 + 10 = 24 എന്നെഴുതാം. അവസാനത്തെ വരി 30 ÷ $^3/2$ = 20 എന്നു കിട്ടും.

ഇനി നിരകൾ ശരിയാകുന്നുണ്ടോ എന്നു പരിശോധിക്കാം. ഒന്നാം നിര 16 + 14 = 30 ശരിയാണ്. മൂന്നാമത്തെ നിര 15 ÷ 20 = $^3/2$ എന്നു കിട്ടും.

പൂരിപ്പിച്ച പട്ടിക കാണുക

16	X	15	→	240
+		÷		
14	+	10	→	24
↓		↓		
30	÷	$^3/2$	→	20

ക്രിയാചതുരം 5

24	+		→	30
+		+		÷
	+	4	→	
↓		↓		↓
	÷	10	→	

ഇവിടെയും 5 കോളങ്ങൾ പൂരിപ്പിക്കാനുണ്ട്. ക്രിയകൾ ചുരുക്കി എഴുതാം.

വരി 1 → 24 + 6 = 30

വരി 3 → 6 + 4 = 10

വരി 5 → 30 ÷ 10 = 3

ഇനി നിരകൾ ശരിയാകുന്നുണ്ടോ എന്നു പരിശോധിക്കും.

നിര 1 → 24 + 6 = 30

നിര 3 → 6 + 4 = 10

നിര 5 → 30 ÷ 10 = 3

പൂരിപ്പിച്ച ചതുരം കാണുക

24	+	6	→	30
+		+		÷
6	+	4	→	10
↓		↓		↓
30	÷	10	→	3

ക്രിയാചതുരം 6

	X		→	40
-				
	÷	10	→	0.25
↓		↓		
97.5	+	4	→	

വരി 1 → 100 X 0.4 = 40

വരി 3 → 2.5 ÷ 10 = 0.25

വരി 5 → 97.5 + 4 = 101.5

നിര 1 → 100 - 2.5 = 97.5

നിര 3 → 0.4 X 10 = 4

100	X	0.4	→	40
-		X		
2.5	÷	10	→	0.25
↓		↓		
97.5	+	4	→	101.5

ക്രിയാചതുരം 7

0.5	X	10	→	
		X		
11.5	÷		→	
↓		↓		
12	÷		→	2.4

ഇവിടെയും 5 കോളങ്ങൾ പൂരിപ്പിക്കാനുണ്ട്.

വരി 1 → 0.5 X 10 = 5

വരി 3 → 11.5 ÷ 0.5 = 23

വരി 5 → 12 ÷ 5 = 2.4

നിര 1 → 0.5 + 11.5 = 12

നിര 3 → 10 X 0.5 = 5

ഉത്തരം കാണുക

0.5	X	10	→	5
+		X		
11.5	÷	0.5	→	23
↓		↓		
12	÷	5	→	2.4

ക്രിയാചതുരം 8

	X	11	→	88
+		÷		
22	-	0.1	→	
↓		↓		
		110	→	3300

ആകെ 5 കോളങ്ങൾ പൂരിപ്പിക്കണം.

വരി 1	→	8 X 11	=	88
വരി 3	→	22 - 0.1	=	21.9
വരി 5	→	30 X 110	=	3300
നിര 1	→	8 + 22	=	30
നിര 3	→	11 ÷ 0.1	=	110

ഉത്തരം കാണുക

8	X	11	→	88
+		÷		
22	-	0.1	→	21.9
↓		↓		
30	X	110	→	3300

ക്രിയാചതുരം 9

	X		→	150
+		X		
	-	0.4	→	
↓		↓		
20		4	→	5

വരി 1 → 15 X 10 = 150

വരി 3 → 5 - 0.4 = 4.6

വരി 5 → 20 ÷ 4 = 5

നിര 1 → 15 + 5 = 20

നിര 3 → 10 X 0.4 = 4

15	X	10	→	150
+		X		
5	-	0.4	→	4.6
↓		↓		
20	÷	4	→	5

ക്രിയാചതുരം 10

6			→	48
X		÷		
		16	→	26
↓		↓		
	X	$^1/_2$	→	30

വരി 1 → 6 X 8 = 48

വരി 3 → 10 + 16 = 26

വരി 5 → 60 X $^1/_2$ = 30

നിര 1 → 6 X 10 = 60

നിര 3 → 8 ÷ 16 = $^1/_2$

6	X	8	→	48
X		÷		
10	+	16	→	26
↓		↓		
60	X	$^1/_2$	→	30

രഹസ്യസന്ദേശങ്ങൾ

നമുക്ക് ആർക്കെങ്കിലും ഒരു സന്ദേശമയക്കണമെന്നിരിക്കട്ടെ. അത് രഹസ്യമായിരിക്കുകയും വേണം. വിഷമിക്കേണ്ട. കണക്കിൽ അതിനും വഴിയുണ്ട്.

ചുവടെ കൊടുത്തിരിക്കുന്ന പട്ടിക ശ്രദ്ധിക്കുക. ഒരു സന്ദേശമാണിതിൽ. അത് എങ്ങനെ വായിച്ചെടുക്കണമെന്നു പറയാം. അതിനു മുമ്പൊരു കാര്യം. ഇത് വെറും സന്ദേശം കൈമാറൽ മാത്രമല്ല. ഇതിലൂടെ നമ്മൾ കൈവരിക്കുന്ന ശേഷികൾ പലതാണ്.

1. ചിന്താശേഷി വർദ്ധിക്കുന്നു
2. ഗണിത ക്രിയകൾ എളുപ്പമാകുന്നു
3. ഏകാഗ്രത കൂട്ടുന്നു
4. സംഖ്യാബോധം ഉറപ്പിക്കുന്നു.
5. മാനസികോല്ലാസം ലഭിക്കുന്നു.

സന്ദേശം 1

ചിത്രത്തിൽ 9 കോളങ്ങളുണ്ട്. ഈ സന്ദേശത്തിന് 7 കോളങ്ങൾ മതിയെന്നുള്ളതുകൊണ്ട് രണ്ടെണ്ണം കറുപ്പിച്ചിരിക്കുന്നു. ഏഴു കോളങ്ങളിലും ഓരോ ക്യാപിറ്റൽ അക്ഷരങ്ങളുണ്ട്. അക്ഷരങ്ങൾക്കു താഴെ ഓരോ ക്രിയകൾ കാണിച്ചിരിക്കുന്നു. കൂടാതെ ഓരോ കോളത്തിന്റെയും വലതു മുകളിൽ ഓരോ സംഖ്യ കാണാം.

100 Z 4+3	14 E 4+3x2	3 N 18x3
54 G 4x3+2	10 R 87+13	7 D 7x3
21 A 15÷5		

ആദ്യം മുകളിൽ ഇടത്തേ അറ്റത്തേ കോളം നോക്കുക. Z എന്ന അക്ഷരത്തിന് താഴെ ഒരു ക്രിയ കാണിച്ചിട്ടുണ്ട്. ഇതിന്റെ ഉത്തരം കണ്ടുപിടിക്കണം. 4 + 3 = 7. ഇനി 7 എന്ന് നമ്പർ കാണിച്ചിരിക്കുന്ന കോളത്തിലേക്കു പോവുക. അവിടെ D എന്ന അക്ഷരം കാണാം. ഇതാണ് സന്ദേശത്തിലെ ആദ്യത്തെ അക്ഷരം.

ഇനി D ക്ക് അടിയിൽ കാണിച്ചിരിക്കുന്ന ക്രിയ ചെയ്യണം. 7 X 3 = 21. തുടർന്ന് 21 എന്നു നമ്പറിട്ടിരിക്കുന്ന കോളത്തിലേക്ക് പോവുക. അവിടുത്തെ അക്ഷരം A ആണ്. ഇപ്പോൾ സന്ദേശത്തിലെ രണ്ടക്ഷരങ്ങൾ കിട്ടി. DA.

ഇനി A എന്ന അക്ഷരത്തിന് താഴെ കാണുന്ന ക്രിയ ചെയ്യുക. 15 ÷ 5 = 3. കോളം മൂന്നിലേക്ക് പോവുക. അവിടുത്തെ അക്ഷരം N. ഇതാണ് സന്ദേശത്തിലെ അടുത്ത അക്ഷരം. ഇപ്പോൾ മൂന്ന് അക്ഷരങ്ങളായി. DAN.

N നു താഴെയുള്ള ക്രിയ 18 X 3 = 54 ആണ്. 54ലെ അക്ഷരം G ആണ്. ഇപ്പോൾ സന്ദേശത്തിലെ നാല് അക്ഷരങ്ങളായി. DANG. Gയുടെ താഴെ കാണുന്ന ക്രിയ 4 X 3 + 2 = 14 ആണ്. 14ലെ അക്ഷരം E. ഇപ്പോൾ അഞ്ച് അക്ഷരങ്ങളായി. DANGE. E എന്ന അക്ഷരത്തിനു താഴെയുള്ള ക്രിയ 4 + 3 X 2 = 10 ആണ്. കോളം 10ലെ അക്ഷരം R. R ക്രിയ ചെയ്താൽ തുടങ്ങിയ കോളത്തിൽ തന്നെ എത്തും. അതായത് Z ൽ. കോളങ്ങൾ എല്ലാം തീർന്നതുകൊണ്ട് രഹസ്യസന്ദേശം ഇങ്ങനെ വായിക്കാം. DANGER.

സന്ദേശം കൈമാറുന്നത് ഇഷ്ടമായെങ്കിൽ നമുക്ക് മറ്റ് ചില മാതൃകകൾ കൂടി പരിശോധിക്കാം.

സന്ദേശം 2

110 Z 4x70+9	13 E 60÷3+7	300 O 13+7
100 K 88+22	289 C 17x17+11	30 B 101−100
1 A 16x$^1/_2$+8	16 C 700÷7	20 M 7x7−6x6

ആകെ 9 കോളങ്ങൾ. ആദ്യം മുകളിൽ ഇടത്തെ അറ്റത്തെ കോളത്തിലേക്ക് പോവുക. എന്നിട്ട് അവിടെ കൊടുത്തിരിക്കുന്ന ക്രിയ

ചെയ്തുനോക്കുക. 4 x 70 + 9 = 289.

289 നമ്പറുള്ള കോളത്തിലെ അക്ഷരം C. ഇതാണ് സന്ദേശത്തിലെ ആദ്യത്തെ അക്ഷരം. ഇനി Cക്കു താഴെ കാണുന്ന ക്രിയ ചെയ്യുക. 17 x 17 + 11 = 300. കോളം നമ്പർ 300ലെ അക്ഷരം O. സന്ദേശത്തിലെ രണ്ടാമത്തെ അക്ഷരം കിട്ടി.

ഇനി കോളം 300ൽ കാണുന്ന ക്രിയ ചെയ്യുക. 13 + 7 = 20. കോളം നമ്പർ 20ലെ അക്ഷരം M. ഇതാണ് സന്ദേശത്തിലെ മൂന്നാമത്തെ അക്ഷരം. ഇനി കോളം Mലെ ക്രിയ ചെയ്യുക. 7 x 7 - 6 x 6 = 13. പതിമ്മൂന്നിലെ അക്ഷരം E. അങ്ങനെ സന്ദേശത്തിലെ നാലാമത്തെ അക്ഷരവും കിട്ടി. ഇപ്പോൾ സന്ദേശം COME എന്നായി.

ക്രിയകൾ തുടരാം. E എന്ന കോളത്തിലെ ക്രിയ 69 ÷ 3 + 7 = 30 ആണ്. കോളം 30ലെ അക്ഷരം B. സന്ദേശത്തിലെ അഞ്ചാമത്തെ അക്ഷരമാണ് B.

Bയിലെ ക്രിയ 101 - 100 = 1 ആണ്. 1ലെ അക്ഷരം A. സന്ദേശത്തിലെ ആറാമത്തെ അക്ഷരം കിട്ടി A. ഇനി Cയിൽ കാണുന്ന ക്രിയ ചെയ്യാം. 16 x $^1/2$ + 8 = 16. കോളം 16ലെ അക്ഷരം A അങ്ങനെ സന്ദേശത്തിലെ ഏഴാമത്തെ അക്ഷരം A എന്നു കിട്ടി.

Cയിലെ ക്രയ 700 ÷ 7 + = 100 ആണ്. 100ലെ അക്ഷരം K. ഇതാണ് സന്ദേശത്തിലെ എട്ടാമത്തെ അക്ഷരം. K ക്രിയ ചെയ്താൽ 88 + 22 = 110 കിട്ടും. അതായത് ആദ്യത്തെ കോളത്തിൽ തിരിച്ചെത്തി.

ഇപ്പോൾ സന്ദേശത്തിലെ എല്ലാ അക്ഷരങ്ങളും കിട്ടി. COME BACK.

ഇങ്ങനെ സന്ദേശമുണ്ടാക്കുന്നതും അത് ഡീകോഡ് ചെയ്യുന്നതും കൂട്ടുകാർക്കു നടത്താവുന്ന രസകരമായ ഒരു പഠനപ്രവർത്തനമാണെന്ന് ഓർക്കുക.

സന്ദേശം 3

234 Z 3x3+2x2	111 G 201−99	3 N 22+20÷10
13 D 5x5x5−1	10 R 444÷4	
	102 O 39x6	21 A 9+9−15

മുമ്പു ചെയ്തതുപോലെ മുകളിൽ ഇടത്തേ അറ്റത്തെ കോളത്തിലേക്കു പോവുക. Z നു താഴെ കാണുന്ന ക്രിയ ചെയ്യണം. 3X3+2X2 = 13. കോളം 13ലെ അക്ഷരം D. ഇതാണ് സന്ദേശത്തിലെ ആദ്യത്തെ അക്ഷരം. ഇനി കോളം Dയിൽ കാണുന്ന ക്രിയ ചെയ്യാം. 5X5X5−1 = 124. കോളം 124ലെ അക്ഷരം O. ഇതാണ് സന്ദേശത്തിലെ രണ്ടാമത്തെ അക്ഷരം.

ഇനി കോളം Oയിലെ ക്രിയ ചെയ്യാം. 9+9−15 = 3. കോളം 3ലെ അക്ഷരം N. സന്ദേശത്തിലെ മൂന്നാമത്തെ അക്ഷരമാണ് N. കോളം Nൽ കാണിച്ചിരിക്കുന്ന ക്രിയ 22+20÷ 10 ആണ്. ഇത് ലഘൂകരിച്ചാൽ 24 കിട്ടും. കോളം 24ലെ അക്ഷരം T. ഈ T ആണ് സന്ദേശത്തിലെ നാലാമത്തെ അക്ഷരം. ഇപ്പോൾ സന്ദേശം DON'T എന്നായി.

ക്രിയ തുടരാം. Tയിലെ ക്രിയ 444 ÷ 4 ആണ്. ഇത് ലഘൂകരിച്ചാൽ 111 കിട്ടും. കോളം 111ലെ അക്ഷരം G ആണ്. സന്ദേശത്തിലെ അടുത്ത അക്ഷരം കിട്ടി. G. കോളം 111ലെ ക്രിയ ചെയ്താൽ 201−99 = 102 എന്നു കിട്ടും. 102ലെ അക്ഷരം O. 102ലെ ക്രിയ 39X6 ആണ്. ഉത്തരം 234 കിട്ടും. അതായത് തുടങ്ങിയിടത്ത് തിരിച്ചെത്തി.

DON'T GO എന്നാണ് സന്ദേശം.

സന്ദേശം 4

121 Z 17x3+4	20 E 9+9x9	90 N 11x11
3 O 4+6−5	5 P 13+7	55 D 19x6
30 O 75−3	114 O 49−19	72 A 7x1−4

Zലേക്കു പോവുക. ക്രിയ 17 X 3 + 4. ഉത്തരം 55. 55ലെ അക്ഷരം D ആണ്. സന്ദേശത്തിലെ ആദ്യത്തെ അക്ഷരം കിട്ടി D.

Dയിലെ ക്രിയ 19 X 6 = 114. കോളം 114ലെ അക്ഷരം O. ഇതാണ് സന്ദേശത്തിലെ രണ്ടാമത്തെ അക്ഷരം. Oയിലെ ക്രിയ 49 − 19 = 30. കോളം 30ലെ അക്ഷരം N. അങ്ങനെ സന്ദേശത്തിലെ മൂന്നാമത്തെ അക്ഷരം കിട്ടി N.

Nലെ ക്രിയ 75-3 = 72. കോളം 72 ലെ അക്ഷരം T. ഇതാണ് സന്ദേശത്തിലെ നാലാമത്തെ അക്ഷരം. ഇനി Tയിലെ ക്രിയ നോക്കാം. 7 x 1 - 4 = 3. കോളം 3ലെ അക്ഷരം O. സന്ദേശത്തിലെ അഞ്ചാമത്തെ അക്ഷരം കിട്ടി O. കോളം 3ലെ ക്രിയകൾ 4 + 6 - 5. ഉത്തരം 5. കോളം 5ലെ അക്ഷരം P. സന്ദേശത്തിലെ ആറാമത്തെ അക്ഷരമാണ് P.

കോളം 5ലെ ക്രിയ 13+7 = 20. കോളം 20ലെ അക്ഷരം E. അങ്ങനെ ഏഴാമത്തെ അക്ഷരം കണ്ടുപിടിച്ചു. E. ഇനി Eയിലെ ക്രിയ നോക്കാം. 9 + 9 x 9 = 90. കോളം 90ലെ അക്ഷരം N. N ക്രിയ ചെയ്താൽ 11 x 11 = 121. വീണ്ടും തുടങ്ങിയിടത്തുതന്നെ തിരിച്ചെത്തും. അപ്പോൾ സന്ദേശം ഇങ്ങനെ വായിക്കാം. DON'T OPEN.

സന്ദേശം 5

ഇവിടെ ചതുരത്തിൽ 12 കോളങ്ങളുണ്ട്. നമുക്ക് ഇവിടെ പറയുന്ന സന്ദേശത്തിന് 10 കോളങ്ങൾ മതി. അതുകൊണ്ട് രണ്ടെണ്ണം കറുപ്പിച്ചിരിക്കുന്നു.

130 Z 44+4	16 L 25x5+5	2 E 15x5-5
70 A 64-18	10 F 81x3+1	
4 I 25÷5+5	48 B 36÷18	90 T 14÷7x2
	244 U 256÷16	46 U 10x10-10

Zൽനിന്നു തുടങ്ങാം. 44 + 4 = 48. 48ലെ അക്ഷരം B. കോളം 48ലെ ക്രിയ 36 ÷ 18 = 2 ആണ്. കോളം 2ലെ അക്ഷരം E. അവിടെ കൊടുത്തിരിക്കുന്ന ക്രിയ 15 x 5 - 5 = 70. കോളം 70ലെ അക്ഷരം A. Aയിലെ ക്രിയ 64 - 18 = 46. കോളം 46ലെ അക്ഷരം U. ഇപ്പോൾ സന്ദേശത്തിലെ നാല് അക്ഷരങ്ങൾ കിട്ടി. BEAU.

ക്രിയ തുടരാം. കോളം 46ലെ ക്രിയ 10 x 10 - 10 = 90. കോളം 90ലെ അക്ഷരം T. ഈ കോളത്തിലെ ക്രിയ 14 ÷ 7 x 2 = 4. കോളം 4ലെ

അക്ഷരം I. ക്രിയ 25 ÷ 5 + 5 = 10. കോളം 10ലെ അക്ഷരം F. അവിടെ കൊടുത്തിരിക്കുന്ന ക്രിയ 81 X 3 + 1 = 244. കോളം 244ലെ അക്ഷരം U. ക്രിയ 256 ÷ 16 = 16. കോളം 16ലെ അക്ഷരം L. ക്രിയ 25 X 5 + 5 = 130. കോളം 130ലെ അക്ഷരം Z. അതായത് തുടങ്ങിയ കോളത്തിൽ തിരിച്ചെത്തി. ഡീകോഡിംഗ് തീർന്നു. അക്ഷരങ്ങൾ നിരത്തി എഴുതിയാൽ സന്ദേശം ഇങ്ങനെ വായിക്കാം.

BEAUTIFUL

സന്ദേശം 6

512 Z 108+12	200 A 19÷19	261 O 88÷4
22 A 18÷6	120 G 87x3	3 H 119–49
1 D 8x8x8	70 E 99+101	

ഇനി ക്രിയകൾ വിശദീകരിക്കേണ്ടതില്ലല്ലോ. ചുരുക്കി എഴുതാം.

Z	→	108 + 12	=	120	→	G
G	→	87 X 3	=	261	→	O
O	→	88 ÷ 4	=	22	→	A
A	→	18 ÷ 6	=	3	→	H
H	→	119 - 49	=	70	→	E
E	→	99 + 101	=	200	→	A
A	→	19 ÷ 19	=	1	→	D
D	→	8 X 8 X 8	=	512	→	Z

സന്ദേശം ഇങ്ങനെ വായിക്കാം.

GO AHEAD

സന്ദേശം 7

1717 Z $^1/_2$x10	56 E 17x101
22 R 7x7+7	5 F 18x$^1/_3$
6 I 20+10x$^1/_5$	

ക്രിയകൾ ചുരുക്കി എഴുതാം.

Z	→	$^1/_2$ x 10	=	5	→	F
F	→	18 x $^1/_3$	=	6	→	I
I	→	20+10x$^1/_5$	=	22	→	R
R	→	7x7+7	=	56	→	E
E	→	17x101	=	1717	→	Z

സന്ദേശം ഇങ്ങനെ വായിക്കാം.

FIRE

സന്ദേശം 8

101 Z 27x10	270 N 50x$^1/_5$	801 K 16x16	7 S 77-7
31 O 1000-199	289 G 200-99	32 N 17x17	
256 I 256x$^1/_8$	70 M 100-69	10 O 6x$^1/_6$+6	

ക്രിയകൾ ചുരുക്കി എഴുതാം.

Z	→	27 x 10	=	270	→	N
N	→	50 x $^1/_5$	=	10	→	O
O	→	6x$^1/_6$+6	=	7	→	S
S	→	77-7	=	70	→	M
M	→	100-69	=	31	→	O
O	→	1000-199	=	801	→	K
K	→	16 x 16	=	256	→	I
I	→	256 x $^1/_8$	=	32	→	N
N	→	17 x 17	=	289	→	G
G	→	200-99	=	101	→	Z

സന്ദേശം ഇങ്ങനെ വായിക്കാം.

NO SMOKIMG

സന്ദേശം 9

110 Z 661-461	9 M 109-12x9	14 E 69x3+3
7 E 17x16	200 S 70÷5	1 O 76-37x2
34 D 100x$^1/_{10}$-1	210 N 120÷5+10	2 N 6x$^1/_3$+10x$^1/_2$
272 Y 66+44		

ക്രിയകൾ ചുരുക്കി എഴുതാം.

Z	→	661 - 461	=	200	→	S
S	→	$70 \div 5$	=	14	→	E
E	→	69 X 3 + 3	=	210	→	N
N	→	$120 \div 5 + 10$	=	34	→	D
D	→	100x $^1/10$ - 1	=	9	→	M
M	→	109–12 X 9	=	1	→	O
O	→	76 - 37 X 2	=	2	→	N
N	→	6 X $^1/3$ + 10 X $^1/2$	=	7	→	E
E	→	17 X 16	=	272	→	Y
Y	→	66 + 44	=	110	→	Z

സന്ദേശം ഇങ്ങനെ വായിക്കാം.

SEND MONEY

സന്ദേശം 10

200 Z 11 x 11	11 A 111 x 7	50 I 711 - 699
30 S $100 \div 2$	121 M 80x$^1/4$	4 E $444 \div 4$
1000 Y 99 + 101	12 S $256 \div 64$	777 S 10 x 10 x 10
20 A 8 x $^1/4$	80 H 16$^1/2$ + 13$^1/2$	2 T 17 x 5 - 5

ക്രിയകൾ ചുരുക്കി എഴുതാം.

Z	→	11 X 11	=	121	→	M
M	→	$80 \times {}^1/_4$	=	20	→	A
A	→	$8 \times {}^1/_4$	=	2	→	T
T	→	17 X 5 - 5	=	80	→	H
H	→	$16^1/2 + 13^1/2$	=	30	→	S
S	→	100 ÷ 2	=	50	→	I
I	→	711 - 699	=	12	→	S
S	→	256 ÷ 64	=	4	→	E
E	→	444 ÷ 4	=	111	→	A
A	→	111 X 7	=	777	→	S
S	→	10 X 10 X 10	=	1000	→	Y
Y	→	99 + 101	=	200	→	Z

സന്ദേശം ഇങ്ങനെ വായിക്കാം.

MATHS IS EASY

•••